ആലീസിന്റെ അത്ഭുതരോഗം

സാഹിത്യവും വൈദ്യശാസ്ത്രവും

alicinte atbhutharogam: sahithyavum vaidyasasthravum

•

dr. b ekbal

•

first chintha edition
march 2018

•

published
chintha publishers, thiruvananthapuram

•

typesetting
star communications, thiruvananthapuram

•

cover
coverstory

•

illustration
namboothiri

വിതരണം

ദേശാഭിമാനി ബുക്ക് ഹൗസ്

H O തിരുവനന്തപുരം-695 035
Ph: 0471-2303026, 6063020
www.chinthapublishers.com
chinthapublishers@gmail.com

ബ്രാഞ്ചുകൾ

ഹെഡ്ഡാഫീസ് ബ്രാഞ്ച് കുന്നുകുഴി • സ്റ്റാച്യു തിരുവനന്തപുരം • കെ എസ് ആർ ടി സി ബസ് സ്റ്റേഷൻ ആലപ്പുഴ • കെ എസ് ആർ ടി സി ബസ് സ്റ്റേഷൻ എറണാകുളം • മച്ചിങ്ങൽ ലെയ്ൻ തൃശൂർ • ഐ ജി റോഡ് കോഴിക്കോട് • മാവൂർ റോഡ് കോഴിക്കോട് • എൻ ജി ഒ യൂണിയൻ ബിൽഡിങ് കണ്ണൂർ • സെൻട്രൽ ബസ് ടെർമിനൽ കോംപ്ലക്സ് താവക്കര കണ്ണൂർ

CO - 2838 / 4579
ISBN - 978-93-87842-08-3

ആലീസിന്റെ അത്ഭുതരോഗം
സാഹിത്യവും വൈദ്യശാസ്ത്രവും

ഡോ. ബി ഇക്ബാൽ

ചിന്ത പബ്ലിഷേഴ്സ്
തിരുവനന്തപുരം-695 035

ഡോ. ബി ഇക്ബാൽ

1947 ൽ ചങ്ങനാശ്ശേരിയിൽ ജനിച്ചു. കോട്ടയം, തിരുവനന്തപുരം, കോഴിക്കോട് മെഡിക്കൽ കോളേജുകളിൽ ന്യൂറോസർജനായി സേവനമനുഷ്ഠിച്ചു. കേരള ശാസ്ത്രസാഹിത്യ പരിഷത്തിന്റെ സംസ്ഥാന പ്രസിഡന്റും (1983–85) *ശാസ്ത്രഗതി* എഡിറ്ററുമായിരുന്നു. 2000 മേയ് മാസം മുതൽ കേരള സർവ്വകലാശാല വൈസ് ചാൻസലർ, നാഷണൽ ഇൻസ്റ്റിറ്റ്യൂട്ട് ഓഫ് സ്പീച്ച് ആന്റ് ഹിയറിങ്ങിന്റെ പ്രോജക്ട് ബോർഡ് ചെയർമാൻ, പീപ്പിൾസ് ഹെൽത്ത് മൂവ്മെന്റ് കോർ ഗ്രൂപ്പിലെ ഇന്ത്യൻ പ്രതിനിധി, അഖിലേന്ത്യാ ജനകീയാരോഗ്യ പ്രസ്ഥാനത്തിന്റെ (ജനസ്വസ്ഥായ അഭിയാൻ) ദേശീയ കോ-ഓർഡിനേറ്റർ, കേരള ശാസ്ത്രസാഹിത്യ പരിഷത്തിന്റെ ആരോഗ്യ സമിതി ചെയർമാൻ എന്നീ നിലകളിൽ പ്രവർത്തിക്കുന്നു. *നിരോധിച്ച മരുന്നുകൾ - നിരോധിക്കേണ്ട മരുന്നുകൾ-ആവശ്യ മരുന്നുകൾ, ജനകീയ ഔഷധ നയത്തിനുവേണ്ടി എല്ലാവർക്കും ആരോഗ്യം ഇന്ന്, ഹാത്തി കമ്മിറ്റി ഒരു പതിറ്റാണ്ടിനുശേഷം* (എഡിറ്റർ), *(Decade of the Brain* (Editor), *Science for Social Revolution* (with Dr. Thomas Issac), *തലവേദന, ഇന്റർനെറ്റും ഇൻഫർമേഷൻ വിപ്ലവവും* (കെ രവീന്ദ്രനോടൊപ്പം) തുടങ്ങിയവ കൃതികൾ.

ഉള്ളടക്കം

അനുബന്ധം

പ്രസാധകക്കുറിപ്പ്

രോഗങ്ങളുടെ ശാരീരികേതര വശങ്ങളും രോഗികളുടെ വൈയക്തികാനുഭവങ്ങളും ആഴത്തിൽ വിശകലനം ചെയ്തിട്ടുള്ള സർഗ്ഗാത്മക സാഹിത്യ കൃതികളുണ്ട്. സാഹിത്യകൃതികളിൽനിന്നും ലഭിക്കാനിടയുള്ള ഉൾക്കാഴ്ച രോഗികൾ നേരിടുന്ന വൈകാരികവും മാനസികവും ധാർമ്മികവും നൈതികവുമായ പ്രശ്നങ്ങൾ മനസ്സിലാക്കാൻ ഡോക്ടർ അടക്കമുള്ള ആരോഗ്യപ്രവർത്തകരെ സഹായിക്കും. സാഹിത്യത്തിന്റെ ചികിത്സാപരമായ ഈ പ്രസക്തി ഒട്ടനവധി കൃതികളുടെ വൈദ്യശാസ്ത്രപരമായ പുനർവായനയ്ക്കു കാരണമായിട്ടുണ്ട്.

ഈ സന്ദർഭത്തിലാണ് പ്രശസ്ത ന്യൂറോസർജനും കേരള സർവ്വകലാശാലയുടെ മുൻ വൈസ് ചാൻസലറുമായ ഡോ. ബി ഇക്ബാൽ *ആലീസിന്റെ അത്ഭുതരോഗം* എന്ന ഈ പുസ്തകം രചിച്ചിട്ടുള്ളത്. സാഹിത്യകൃതികളോടുള്ള വൈദ്യശാസ്ത്രപരമായ സമീപനം വൈദ്യസമൂഹത്തിന്റെയും സാഹിത്യാസ്വാദകരുടെയും സവിശേഷ ശ്രദ്ധ അർഹിക്കുന്നുണ്ടെന്ന വിശ്വാസമാണ് ഈ കൃതി പ്രസിദ്ധീകരിക്കുന്നതിനുള്ള പ്രേരണ.

കർത്തവ്യബോധത്തോടെ ഞങ്ങൾ ഇത് വായനാസമൂഹത്തിനു തുറന്നുവയ്ക്കുന്നു. സ്വീകരിക്കുക, വിലയിരുത്തുക.

ചിന്ത പബ്ലിഷേഴ്സ്

മുഖവുര

ലോക പ്രസിദ്ധങ്ങളായ പല സാഹിത്യകൃതികളും വൈദ്യശാസ്ത്ര ഗ്രന്ഥങ്ങളിലും ജേർണലുകളിലും ഗൗരവമായ ചർച്ചകൾക്കു വിഷയമാക്കപ്പെട്ടുവരുന്നുണ്ട്. രോഗചിത്രീകരണം ഒരു രൂപക (metaphor)മായി വരുന്ന സാഹിത്യ കൃതികളാണ് സാഹിത്യവിമർശകർ പ്രധാനമായും പരിശോധിച്ചിട്ടുള്ളത്. ഉദാഹരണത്തിന് ആൽബർ കാമുവിന്റെ *പ്ലേഗി*ൽ വിവരിച്ചിട്ടുള്ള രോഗസംക്രമണം ഫ്രാൻസിലെ ജർമ്മൻ അധിനിവേശത്തിന്റെ പ്രതീകമായാണ് വിശകലനം ചെയ്തിട്ടുള്ളത്. ഇതിൽനിന്നും വ്യത്യസ്തമായി സാഹിത്യത്തിനും കലയ്ക്കും വൈദ്യശാസ്ത്രനിരീക്ഷണങ്ങളെ എങ്ങനെ ബലപ്പെടുത്താനും വിശദമാക്കാനും കഴിയും എന്ന പരിശോധന സാഹിത്യകുതുകികളായ വൈദ്യവിദഗ്ദ്ധർ നടത്തുന്നുണ്ട്. ദസ്തയേവ്സ്കി, ടോൾസ്റ്റോയി, ആർതർ കോനൻ ഡോയിൽ, ലൂയിസ് കാരൽ എന്നിവരുടെ കൃതികൾ ഈ കാഴ്ചപ്പാടിൽ വിശകലനം ചെയ്തിട്ടുണ്ട്.

വൈദ്യശാസ്ത്രവും സാഹിത്യവും തമ്മിലുള്ള ബന്ധം പല തലങ്ങളിൽ പരിശോധിക്കാവുന്നതാണ്. ചില അപൂർവ്വ രോഗങ്ങളുടെയും സാധാരണ കാണാറുള്ള രോഗങ്ങളുടെ അസാധാരണങ്ങളായ രോഗലക്ഷണങ്ങളുടെയും വിവരണം ഈ കൃതികളിൽ കാണാൻ കഴിയും. രോഗനിർണ്ണയം നടത്തുമ്പോൾ തീരുമാനങ്ങളെടുക്കാൻ ബുദ്ധിമുട്ടുള്ള ചില സന്ദർഭങ്ങളിൽ സാഹിത്യകൃതികളിൽനിന്നും ലഭിക്കുന്ന ഈ അറിവ് ഡോക്ടർമാരെ സഹായിച്ചു എന്നു വരാം. രോഗാവസ്ഥയുടെ ശാരീരികങ്ങളായ (organic) വശങ്ങളാണ് പൊതുവിൽ വൈദ്യശാസ്ത്രഗ്രന്ഥങ്ങളിൽ വിശദീകരിക്കുന്നത്. രോഗനിർണ്ണയം, രോഗാപഗ്രഥനം, ഔഷധചികിത്സ എന്നീ കാര്യങ്ങളിൽ നൈപുണ്യം ലഭിക്കാൻ വൈദ്യശാസ്ത്രഗ്രന്ഥങ്ങളിൽനിന്നും ജേർണലുകളിൽനിന്നും ലഭിക്കുന്ന വസ്തുനിഷ്ഠമായ ഈ വിവരങ്ങൾ മതിയാവും.

എന്നാൽ രോഗങ്ങളുടെ ശാരീരികേതര (non-organic) വശങ്ങളും രോഗികളുടെ വൈയക്തികാനുഭവങ്ങളും പലപ്പോഴും സർഗ്ഗാത്മക സാഹിത്യകൃതികളിലാണ് ആഴത്തിൽ വിശകലനം ചെയ്തിട്ടുള്ളതെന്നു കാണാൻ കഴിയും. സാഹിത്യകൃതികളിൽനിന്നു മാത്രം ലഭിക്കാനിടയുള്ള ഈ ഉൾക്കാഴ്ച രോഗികൾ നേരിടുന്ന വൈകാരികവും മാനസികവും ധാർമ്മികവും നൈതികവുമായ പ്രശ്നങ്ങൾ മനസ്സിലാക്കാൻ ഡോക്ടർമാരെയും മറ്റ് ആരോഗ്യപ്രവർത്തകരെയും സഹായിക്കും. രോഗചികിത്സയിൽ സമഗ്രമായ സമീപനം കൈവരിക്കാൻ ഇതുവഴി ഡോക്ടർമാർക്കു കഴിയുന്നു. സാഹിത്യത്തിന്റെ ചികിത്സാപരമായ ഈ പ്രസക്തി സമീപകാലത്ത് ഒട്ടനവധി കൃതികളുടെ വൈദ്യശാസ്ത്രപരമായ പുനർവായനയ്ക്കു കാരണമായിട്ടുണ്ട്. സാഹിത്യകൃതികളുടെ വൈവിദ്ധ്യമാർന്ന വൈദ്യശാസ്ത്രബന്ധങ്ങൾ ചർച്ചചെയ്യാൻ *സാഹിത്യവും വൈദ്യശാസ്ത്രവും* (Literature and Medicine) എന്ന പേരിലൊരു മാസികയും അമേരിക്കയിൽനിന്നും 1982 മുതൽ പ്രസിദ്ധീകരിച്ചു തുടങ്ങിയിട്ടുമുണ്ട്. (എഡിറ്റർമാർ. മൗറാ സ്പീഗൽ, റീത്ത ചാരൻ: ജോൺ ഹോപ്കിൻസ് യൂണിവേഴ്സിറ്റി പ്രസ്)

മെഡിക്കൽ ജേർണലുകളിൽനിന്നും ലഭിച്ച വിവരങ്ങളുടെ അടിസ്ഥാനത്തിൽ ദസ്തയേവ്സ്കിയുടെ കൃതികളിൽ ഒരു പ്രത്യേക തരം അപസ്മാരരോഗത്തെ സംബന്ധിച്ചും, ആർതർ കോനൻ ഡോയിലിന്റെ ഷെർലക്ഹോംസ് കഥകളിൽ ചില നാഡീവ്യൂഹ രോഗങ്ങളെപ്പറ്റിയും നടത്തിയിട്ടുള്ള പരാമർശങ്ങളുടെ വൈദ്യശാസ്ത്രപരമായ പ്രസക്തിയെപ്പറ്റി ഡൽഹിയിൽവച്ച് ഏതാനും വർഷങ്ങൾക്കുമുമ്പ് നടത്തിയ ന്യൂറോളജിക്കൽ സൊസൈറ്റി ഓഫ് ഇന്ത്യ (Neurological Society of India)യുടെ അഖിലേന്ത്യാ സമ്മേളനത്തിൽ ഞാൻ ഒരു പ്രബന്ധം അവതരിപ്പിച്ചിരുന്നു. ഡോക്ടർ സമൂഹം ഇത്തരമൊരു വിഷയാവതരണത്തോട് എങ്ങനെയാവും പ്രതികരിക്കുക എന്ന ആശങ്ക എനിക്കുണ്ടായിരുന്നു. സമ്മേളനത്തിൽ പങ്കെടുത്തിരുന്ന ഡോ. ആർ രാമമൂർത്തി, ഡോ. എസ് കല്യാണരാമൻ തുടങ്ങിയ നാഡീരോഗചികിത്സാരംഗത്തെ അതിപ്രഗല്ഭർ ഈ മേഖലയിൽ കൂടുതൽ പഠനം നടത്താൻ എന്നെ പ്രോത്സാഹിപ്പിക്കുകയാണുണ്ടായത്. തുടർന്ന് വൈദ്യശാസ്ത്ര ജേർണലുകളിൽ വേണ്ടത്ര ശ്രദ്ധിക്കപ്പെടാതെ കിടന്നിരുന്ന സമാനസ്വഭാവമുള്ള നിരവധി ലേഖനങ്ങൾ ഞാൻ ശേഖരിച്ചു. ഇവയിൽ മലയാളികൾക്കു പരിചിതമായ ചില സാഹിത്യകാരന്മാരുടെ കൃതികളുടെ പഠനമാണ് ഈ പുസ്തകത്തിൽ.

ഇതുപോലൊരു പുസ്തകം പൊതുസമൂഹത്തിൽ അവതരിപ്പിക്കുമ്പോൾ നേരിടേണ്ടിവരുന്ന നിരവധി പരിമിതികളെ സംബന്ധിച്ച് ഞാൻ ബോധവാനാണ്. പ്രധാനമായും ഡോക്ടർമാരുടെ ചികിത്സാക്ഷമത വർദ്ധിപ്പിക്കുന്നതിനായി വൈദ്യലോകത്തെ ലക്ഷ്യമാക്കി മെഡിക്കൽ ജേർണലുകളിൽ മാത്രം പ്രസിദ്ധീകരിച്ചിട്ടുള്ള പ്രബന്ധങ്ങളെ ആധാരമാക്കിയാണ് ഈ പുസ്തകം രചിച്ചിട്ടുള്ളത്. ഈ പുസ്തകം വായിക്കുന്ന

ഡോക്ടർമാരും ആരോഗ്യപ്രവർത്തകരും ഇതിൽ പരാമർശിക്കുന്ന മൂലകൃതികൾ വായിച്ചിട്ടുള്ളവരാകണമെന്നില്ല. അതേയവസരത്തിൽ സാഹിത്യപ്രേമികൾക്ക് ഇതിൽ സൂചിപ്പിച്ചിട്ടുള്ള രോഗങ്ങളെ സംബന്ധിച്ചുള്ള കാര്യങ്ങളിൽ താല്പര്യമുണ്ടാവണമെന്നില്ല. പലതും ദുർഗ്രഹങ്ങളായി തോന്നാനുമിടയുണ്ട്. ഇതുപോലെ വൈദ്യശാസ്ത്രക്കണ്ണോടെ സാഹിത്യകൃതികൾ വിലയിരുത്തുന്നതിനോട് താത്ത്വികമായി വിയോജിപ്പുള്ളവരും ഉണ്ടാവാനിടയുണ്ട്. സംവേദനത്തിലുള്ള ഈ പ്രശ്നങ്ങൾ കണക്കിലെടുക്കുമ്പോൾ തന്നെ, സാഹിത്യകൃതികളോടുള്ള ഇത്തരമൊരു വൈദ്യശാസ്ത്രപരമായ സമീപനം വൈദ്യസമൂഹത്തിന്റെയും സാഹിത്യതല്പരരുടെയും സവിശേഷ ശ്രദ്ധ അർഹിക്കുന്നുണ്ടെന്ന് ഉറച്ചു വിശ്വസിക്കുന്നതുകൊണ്ടാണ് ഇതുപോലൊരു പുസ്തകരചനയ്ക്ക് മുതിരാൻ ഞാൻ തീരുമാനിച്ചത്.

ഇതൊരു മൗലികകൃതിയല്ലെന്ന് വ്യക്തമാക്കിക്കൊള്ളട്ടെ. വിവിധ മെഡിക്കൽ സ്പെഷ്യാലിറ്റികളിൽപ്പെട്ട ജേർണലുകളിൽ ചിതറിക്കിടക്കുന്ന വിവരങ്ങൾ പരിശോധിച്ചും സമാഹരിച്ചുമാണ് പുസ്തകം തയ്യാറാക്കിയിട്ടുള്ളത്. എന്നാൽ വ്യത്യസ്തങ്ങളും; ദസ്തയേവ്സ്കിയുടെ കാര്യത്തിലും മറ്റുമുള്ളതുപോലെ വിരുദ്ധങ്ങൾപോലുമായ വ്യാഖ്യാനങ്ങളിൽനിന്നും എന്റേതായ തിരഞ്ഞെടുപ്പു ഞാൻ നടത്തിയിട്ടുണ്ട്. ലേഖനങ്ങൾ തയ്യാറാക്കുന്നതിന് ആധാരമാക്കിയ ഗ്രന്ഥങ്ങളുടെയും ജേർണലുകളുടെയും പട്ടിക നല്കിയിട്ടുണ്ട്.

ഈ പുസ്തകം തയ്യാറാക്കുന്നതിൽ ഒട്ടനവധി സുഹൃത്തുക്കൾ എന്നെ സഹായിച്ചിട്ടുണ്ട്. റൂബിൻ ഡിക്രൂസ് (നാഷണൽ ബുക് ട്രസ്റ്റ്) കെ രാധാകൃഷ്ണവാര്യർ (പ്രസിദ്ധീകരണവിഭാഗം, മഹാത്മാഗാന്ധി സർവ്വകലാശാല), എസ് ഡി പ്രിൻസ് (പബ്ലിക് റിലേഷൻസ് ഓഫീസർ, കേരള സർവ്വകലാശാല) ഡോ. ജാൻസി ജെയിംസ് (പ്രൊഫസർ, ഇൻസ്റ്റിറ്റ്യൂട്ട് ഓഫ് ഇംഗ്ലീഷ്, കേരള സർവ്വകലാശാല), കെ ബി എം ഹുസൈൻ (റിട്ടയേർഡ് ലക്ചറർ, ഇൻസ്റ്റിറ്റ്യൂട്ട് ഓഫ് ഡിസ്റ്റൻസ് എഡ്യൂക്കേഷൻ, കേരളസർവ്വകലാശാല) എന്നിവരോടുള്ള കടപ്പാടും നന്ദിയും ഇവിടെ രേഖപ്പെടുത്തട്ടെ.

ഈ പുസ്തകത്തിന് നമ്പൂതിരി ചിത്രീകരണം നടത്തണമെന്നും ഡോ. അയ്യപ്പപ്പണിക്കർ ആമുഖം എഴുതണമെന്നും ഞാൻ അത്യധികം ആഗ്രഹിച്ചിരുന്നു. ഞാൻ ഗുരുതുല്യം ബഹുമാനിക്കുകയും ആരാധിക്കുകയും ചെയ്യുന്ന നമ്പൂതിരിയും ഡോ. അയ്യപ്പപ്പണിക്കരും എന്റെ ആഗ്രഹം ഞാൻ പ്രതീക്ഷിച്ചതിലും ഭംഗിയായി ചുരുങ്ങിയ സമയത്തിനുള്ളിൽ നിർവ്വഹിച്ചു തന്നതിലുള്ള കൃതജ്ഞത ഇവിടെ പ്രകാശിപ്പിക്കുന്നു.

ഈ പുസ്തകം ഏതാണ്ട് പൂർത്തിയായ അവസാനത്തിലാണ് ഇംഗ്ലണ്ടിലെ ബിർമിങ്ഹാം, ഡർഹാം, അമേരിക്കയിലെ ടെക്സാസ് എന്നീ സർവ്വകലാശാലകളിൽ വൈദ്യശാസ്ത്രവും സാഹിത്യവും തമ്മിലുള്ള ബന്ധത്തെ സംബന്ധിച്ച പഠനം 1997 മുതൽ മെഡിക്കൽ വിദ്യാഭ്യാസ

ത്തിന്റെ ഭാഗമാക്കിയിട്ടുണ്ട് എന്നു മനസ്സിലാക്കാൻ കഴിഞ്ഞത്. ബിർമിങ്ഹാം സർവ്വകലാശാലയിലെ ഒരു മെഡിക്കൽ വിദ്യാർത്ഥി തയ്യാറാക്കിയ പ്രബന്ധം മാർക്വിസിന്റെ *കോളറക്കാലത്തെ പ്രണയത്തെ*പ്പറ്റി ഈ പുസ്തകത്തിലുള്ള ലേഖനം തയ്യാറാക്കാൻ പ്രയോജനപ്പെടുത്തിയിട്ടുണ്ട്.

ഡോ. ബി ഇക്ബാൽ

ആമുഖം*

കേരള സർവ്വകലാശാല വൈസ് ചാൻസലർ ഡോക്ടർ ബി ഇക്ബാൽ സാഹിത്യകൃതികളിലെ രോഗചിത്രീകരണത്തെ ആസ്പദമാക്കി എഴുതിയ ഏതാനും ലേഖനങ്ങളുടെ സമാഹാരമാണ് ഈ ഗ്രന്ഥം. ഈ വിഷയം ആധാരമാക്കി ഒരു ഭിഷഗ്വരൻ തന്നെ ഇതുപോലെ ഒരു ഗ്രന്ഥം രചിക്കുന്നത് മലയാളത്തിൽ ആദ്യമാണെന്നു തോന്നുന്നു. മനഃശാസ്ത്രപരവും മനോവിശ്ലേഷണാധിഷ്ഠിതവുമായ സാഹിത്യപഠനങ്ങൾ മലയാളത്തിൽ മുമ്പും ഉണ്ടായിട്ടുണ്ട്. കലാകാരന്മാർ മനോരോഗികളായിരിക്കുമെന്നും അവരുടെ ഏകവിഷയഭ്രാന്തുകാരണമാണ് അവർ കലാസൃഷ്ടിയിൽ തല്പരന്മാരാകുന്നതെന്നും മറ്റുമുള്ള ചിന്തകൾ കുറച്ചൊക്കെ പ്രചാരണത്തിൽ വന്നിട്ടുമുണ്ട്. കലാസ്വാദനം ഒരുതരം ചികിത്സാമാർഗ്ഗമാണെന്ന ആശയവും അജ്ഞാതമല്ല. എന്നാൽ ഇക്ബാലിന്റെ കേന്ദ്രപ്രമേയം—അന്വേഷണവിഷയവും—ഇതൊന്നുമല്ലെന്നാണു തോന്നുന്നത്. സ്വന്തം പഠനങ്ങളിൽനിന്ന് അദ്ദേഹം കണ്ടെത്തിയ കാര്യം ഇതാണ്: 'രോഗങ്ങളുടെ ശാരീരികേതരവശങ്ങളും രോഗികളുടെ വൈയക്തികാനുഭവങ്ങളും പലപ്പോഴും സർഗ്ഗാത്മകസാഹിത്യകൃതികളിലാണ്, ആഴത്തിൽ വിശകലനം ചെയ്യപ്പെടുന്നതെന്നു കാണാൻ കഴിയും. സാഹിത്യകൃതികളിൽനിന്നുമാത്രം ലഭിക്കാനിടയുള്ള ഈ ഉൾക്കാഴ്ച രോഗികൾ നേരിടുന്ന വൈകാരികവും മാനസികവും ധാർമ്മികവും നൈതികവുമായ പ്രശ്നങ്ങൾ മനസ്സിലാക്കാൻ ഡോക്ടർമാരെയും മറ്റ് ആരോഗ്യപ്രവർത്തകരെയും സഹായിക്കും.' ഇതാണ് ഇക്ബാൽ സിദ്ധാന്തത്തിന്റെ കാതലും പൊരുളും. മേൽപ്പറഞ്ഞ കേവല സാഹിത്യ നിരൂപകന്മാർക്ക് വൈദ്യശാസ്ത്രത്തിൽ പ്രായോഗികപരിജ്ഞാനവും സ്വാനുഭവബോദ്ധ്യവും കുറ

---

* ആദ്യപതിപ്പിന് എഴുതിയത്.

വായിരുന്നു. അതുകൊണ്ട് അവരുടെ അഭിപ്രായങ്ങൾ ഉപരിപ്ലവമായിരുന്നു എന്ന് നമുക്കിന്നു തോന്നാം.

പ്രസിദ്ധരായ ആറു പാശ്ചാത്യ കഥാകാരന്മാരുടെ കൃതികളുടെ സൂക്ഷ്മ വിശകലനത്തിലൂടെയാണ് ഇക്ബാൽ തന്റെ കാഴ്ചപ്പാട് വിശദീകരിക്കുന്നത്. ഗാർസിയ മാർകേസിന്റെ *കോളറക്കാലത്തെ പ്രണയം.* ലിയോ ടോൾസ്തോയുടെ *യുദ്ധവും സമാധാനവും* ഫിയദോർ ദസ്തയേവ്സ്കിയുടെ നാലു നോവലുകൾ, ലൂയിസ് കാരലിന്റെ ആലീസ് കഥകൾ, കോനൻ ഡോയലിന്റെ *ഷെർലക് ഹോംസ്,* ആന്റൺ ചെക്കോവിന്റെ *ആറാം വാർഡ്* എന്നീ കൃതികളാണ്. ഇവിടെ വൈദ്യശാസ്ത്രസംബന്ധമായ വിദഗ്ദ്ധ പരിശോധനയ്ക്കു വിധേയമാക്കപ്പെടുന്നത്. പ്രധാനമായും നാഡീവ്യൂഹവുമായി ബന്ധപ്പെട്ട രോഗാവസ്ഥകൾ അപഗ്രഥിക്കപ്പെട്ടിരിക്കുന്നു. ഒരു വൈദ്യൻ രോഗത്തെയും രോഗിയെയും പല ഉപാധികളും ഉപയോഗിച്ചു പഠിക്കുന്നതുപോലെ ഇക്ബാൽ ഈ കൃതികളിലെ കഥാപാത്രങ്ങളെയും അവരുടെ രോഗങ്ങളെയും വിമർശനവിധേയമാക്കുന്നു. അദ്ദേഹം ഇവിടെ ഒരേ സമയം വൈദ്യനും സാഹിത്യവിമർശകനും ആയി പ്രവർത്തിക്കുന്നു. കഥാപാത്രങ്ങൾക്കുള്ള സുഖക്കേടുകളെല്ലാം സാഹിത്യകാരന്മാർക്കും ഉണ്ടെന്നു കരുതുന്നത് ശരിയാവണമെന്നില്ലെങ്കിലും, ദസ്തയേവ്സ്കിയുടെ കാര്യത്തിൽ അപസ്മാരരോഗം ചില കഥാപാത്രങ്ങളെ എന്നപോലെ എഴുത്തുകാരനെയും ബാധിച്ചിരുന്നതായി കരുതപ്പെടുന്നു. ആധുനിക യൂറോപ്യൻ സാഹിത്യത്തിൽ ഒരുപക്ഷേ, ആദ്യമായി ഒരു വിഭക്തമനസ്കനെ ശക്തമായി അവതരിപ്പിച്ചത് ഷെയ്ക്സ്പിയറുടെ *ഹാംലെറ്റി*ലെ നായകനിലൂടെ ആയിരിക്കാം. നവോത്ഥാന കാലത്തെ അഭ്യസ്തവിദ്യരിൽ പലർക്കും ഭിന്നതകളെ സമന്വയിപ്പിക്കാൻ കഴിയാത്തതുമൂലം തങ്ങൾ വിരുദ്ധദിശകളിലേക്ക് ആകർഷിക്കപ്പെടുന്നതായി തോന്നുകയും അങ്ങനെ അവർ ഒരുതരം സ്കിറ്റ്സോഫ്രീനിയായ്ക്ക് വശംവദരാവുകയും ചെയ്തു. വേറെയും അനേകം ഷെയ്ക്സ്പിയർ കഥാപാത്രങ്ങൾ രോഗാതുരന്മാരാണ്. ആധുനിക ജീവിതത്തിന്റെ ഏറ്റവും വലിയ ദുരന്തമായി മാത്യു ആർനൾഡ് എടുത്തുകാട്ടിയതും *സിക് ഹറി ആന്റ് ഡിവൈഡഡ് എയ്ംസ്* ആണല്ലോ. ഇതുപോലുള്ള രോഗങ്ങൾ സാഹിത്യകൃതികളിൽ എങ്ങനെ കൈകാര്യം ചെയ്തിരിക്കുന്നു എന്നും അവയുടെയൊക്കെ ചിത്രീകരണം എത്രമാത്രം സഫലമായിട്ടുണ്ടെന്നും വൈദ്യശാസ്ത്രത്തിന്റെ വെളിച്ചത്തിൽ ശാസ്ത്രീയമായി അപഗ്രഥിച്ചു ബോദ്ധ്യപ്പെടുത്തുകയാണ് ഇക്ബാലിന്റെ പ്രഖ്യാപിതലക്ഷ്യം. സാഹിത്യകൃതിയും ശാസ്ത്രീയസമീപനവും ബന്ധപ്പെടുത്തി വായിക്കുന്ന അനുവാചകർക്ക് ഇതു വളരെ രസകരമായിരിക്കും; ഉപയോഗപ്രദവും. ഒരുപക്ഷേ, ഈ ലേഖനങ്ങളുടെ മാതൃകയിൽ ഒരു പുതിയ സാഹിത്യ നിരൂപണ സമ്പ്രദായവും മലയാളത്തിൽ ഉണ്ടായിക്കൂടായ്കയില്ല. പുസ്തകമേ വായിക്കാതെ നടത്തുന്ന വിമർശാഭാസത്തെ ഇതു നിരുത്സാഹപ്പെടുത്തുമെന്നും നമുക്ക് പ്രത്യാശിക്കാം. അങ്ങനെ ഇക്ബാൽ മുൻകൂട്ടി പ്രതീ

ക്ഷിക്കാനിടയില്ലാത്ത ആരോഗ്യകരമായ ഒരു നല്ല വിമർശന പദ്ധതിയും മലയാളത്തിനു ലഭിച്ചേക്കും. ക്ഷുദ്രവിമർശകർക്ക് ഉദ്ബുദ്ധവിമർശത്തോടു തോന്നാവുന്ന അസഹിഷ്ണുതയും വിപ്രതിപത്തിയും ഒഴിവാക്കാൻ പറ്റുമെന്നു തോന്നുന്നില്ല. എങ്കിലും വിമർശനത്തിന്റെ രോഗത്തിനും ഒരു പ്രതിരോധം വേണമല്ലോ.

പ്രത്യക്ഷമായി നോക്കിയാൽ സാഹിത്യകൃതികളെയും കഥാപാത്രങ്ങളെയും മുൻനിർത്തിയാണ് ഇക്ബാലിന്റെ പഠനങ്ങളെങ്കിലും വ്യക്തികളുടെ രോഗങ്ങളുടെ ചിത്രീകരണം മാത്രമല്ല അദ്ദേഹത്തിന്റെ ശ്രദ്ധാകേന്ദ്രം. ചെക്കോവിന്റെ *ആറാം വാർഡി*ന്റെ നിരൂപണത്തിൽ പ്രത്യേകമായി ചൂണ്ടിക്കാണിക്കുന്നതുപോലെ സമൂഹത്തിന്റെ അനാരോഗ്യവും വ്യക്തിയുടെ രോഗവും തമ്മിലുള്ള ബന്ധം അതിപ്രധാനമാണ്. പൊതുജനാരോഗ്യപരിപാലനത്തിലേക്കും ഈ ലേഖനങ്ങൾ അങ്ങനെ നമ്മുടെ ശ്രദ്ധ ആകർഷിക്കുന്നു. സാഹിത്യത്തിന് സാഹിത്യേതരമോ സാഹിത്യാതീതമോ ആയ ഒരു വശമുണ്ടെന്നുകൂടി ഈ ലേഖനങ്ങളിൽനിന്നു നാം പഠിക്കുന്നു. നമ്മുടെ നാട്ടിലെ പ്രായോഗികവൈദ്യത്തിലുള്ള അപാകതകളും പോരായ്മകളും നിഷ്കൃഷ്ടമായി എടുത്തുപറഞ്ഞിട്ടില്ലെങ്കിലും ഭംഗ്യന്തരേണ അതുംകൂടി വായിച്ചെടുക്കാനുള്ള പ്രേരണ അവ നമുക്കു തരുന്നു.

അങ്ങനെ ഒരേ സമയം വൈദ്യശാസ്ത്രപരവും സാഹിത്യപരവുമായ ഈ ഗ്രന്ഥം വൈദ്യാധിഷ്ഠിതസാഹിത്യവിമർശ-മെഡിക്കോ-ലിറ്ററെറി ക്രിറ്റിസിസ-ത്തിന് ഒരു മുന്നോടി മാതൃക ആണെന്നു പറയാം. ഇക്ബാൽ ഈ ശ്രമം തുടരട്ടെ. അദ്ദേഹത്തിന് അനുകർത്താക്കളായ പിൻഗാമികളും ഒപ്പം അസഹിഷ്ണുക്കളായ അസൂയാലുക്കളും ഉണ്ടായിക്കാണാനാഗ്രഹിക്കുന്നവരുടെ കൂട്ടത്തിൽ ഞാനുമുണ്ടാവും.

അയ്യപ്പപ്പണിക്കർ

1

ദസ്തയേവ്സ്കിയുടെ ആനന്ദാപസ്മാരരോഗം

പ്രതിഭാശാലികളായിരുന്ന സോക്രട്ടീസ്, മഹാനായ അലക്സാണ്ടർ, നെപ്പോളിയൻ, ജൂലിയസ് സീസർ, ബൈറൺ പ്രഭു, പാസ്കൽ മുതലായവർ അപസ്മാരരോഗികളായിരുന്നുവെന്ന് സംശയിക്കപ്പെടുന്നു. ഈ പ്രതിഭാശാലികളുടെ അപസ്മാരം ഐതിഹാസികമാണെങ്കിലും ഇവരിൽ അത്തരം ഒരു രോഗനിർണ്ണയം ഉറപ്പിക്കുന്നതിനാവശ്യമായ വ്യക്തമായ തെളിവുകളുടെയും സൂക്ഷ്മാപഗ്രഥനത്തിന്റെയും അഭാവമുണ്ട്. എങ്കിലും, അപസ്മാരരോഗികൾക്കും പ്രതിഭ ഉണ്ടാകാമെന്നും, നിലനിർത്താമെന്നും വികസിപ്പിക്കാമെന്നും മറ്റു ചില പ്രതിഭാശാലികളുടെ ജീവിതം ഉദാഹരിക്കുന്നുണ്ട്. ദസ്തയേവ്സ്കി, ഗസ്റ്റാവ് ഫ്ളോബേർ, വിൻസെന്റ് വാൻഗോഗ് എന്നിവർ അക്കൂട്ടത്തിൽപ്പെടുന്നു. അവരുടെ കൃതികളും അവർക്കുണ്ടായിരുന്ന അപസ്മാരരോഗവും തമ്മിലുള്ള ബന്ധം നിരവധി പഠനങ്ങൾക്ക് വിഷയമായിട്ടുണ്ട്. ഈ അപസ്മാരബാധിത പ്രതിഭാശാലികളിൽ ഏറ്റവും ശ്രദ്ധേയൻ ദസ്തയേവ്സ്കിയാണ്. കാരണം, അദ്ദേഹത്തെ ബാധിച്ചിരുന്ന അപസ്മാരരോഗത്തെക്കുറിച്ച് വളരെ വിശദമായ അറിവ് നമുക്ക് ലഭിച്ചിട്ടുണ്ട്. അദ്ദേഹത്തിന്റെ ബന്ധുമിത്രാദികളും, ചികിത്സിച്ച ഭിഷഗ്വരന്മാരും, അദ്ദേഹം തന്നെയും തന്റെ അപസ്മാരബാധയെപ്പറ്റി വിസ്തരിച്ച് പ്രതിപാദിച്ചു. ദസ്തയേവ്സ്കി തന്റെ രോഗാവസ്ഥയെ ചൂഷണം ചെയ്യുകയും, അപസ്മാരരോഗത്തെ തന്റെ നോവലുകളിലെ പ്രധാന കഥാപാത്രങ്ങളിലേക്ക് ആരോപിക്കുകയും ചെയ്തു.

ഒരു മുൻ സൈനികസർജനായിരുന്നു ദസ്തയേവ്സ്കിയുടെ പിതാവ്. പാവപ്പെട്ടവർക്കു വേണ്ടിയുള്ള മോസ്കോ ആശുപത്രിയിലായിരുന്നു

അദ്ദേഹം ജോലി ചെയ്തിരുന്നത്. ആ ആശുപത്രിയിൽ 1821 ൽ ഫിയൊഡോർ മിഹായിലോവിച്ച് ദസ്തയേവ്സ്കി ജനിച്ചു. അദ്ദേഹത്തിന്റെ കുടുംബത്തിന് പാരമ്പര്യമായി മാടമ്പി പദവി ഉണ്ടായിരുന്നെങ്കിലും, അവരുടെ സാമൂഹികവും സാമ്പത്തികവുമായ പദവി താഴേക്കിടയിലുള്ള മദ്ധ്യവർഗ്ഗത്തിന്റേതായിരുന്നു. മോസ്കോയിലെ ബോർഡിങ് സ്കൂളുകളിലായിരുന്നു അദ്ദേഹത്തിന്റെ ആദ്യകാല വിദ്യാഭ്യാസം. പിന്നീട്, സെന്റ് പീറ്റേഴ്സ്ബർഗ് മിലിറ്ററി എഞ്ചിനീയറിങ് അക്കാദമിയിൽ ചേരുകയും 1843 ൽ ബിരുദം നേടുകയും ചെയ്തു. കുറച്ചുനാളത്തെ സൈനികസേവനത്തിനുശേഷം, ദസ്തയേവ്സ്കി തന്റെ ജീവിതം സാഹിത്യത്തിനുവേണ്ടി സമർപ്പിച്ചു. 1844 നും 1849 നും ഇടയ്ക്ക് അദ്ദേഹം രണ്ടു നോവലുകളും അനേകം ചെറുകഥകളും പ്രസിദ്ധപ്പെടുത്തി. 1849 ൽ രാജ്യദ്രോഹക്കുറ്റം ചുമത്തി അദ്ദേഹത്തെ അറസ്റ്റ് ചെയ്യുകയും വധശിക്ഷയ്ക്ക് വിധിക്കുകയും ചെയ്തു. നിയമവിരുദ്ധ രാഷ്ട്രീയ പ്രവർത്തനങ്ങളുടെ പേരിലായിരുന്നു ശിക്ഷ. വധശിക്ഷ നടപ്പാക്കുന്നതിന് ഏതാനും നിമിഷങ്ങൾക്കുമുമ്പ് മാത്രമാണ് അത് തടവുശിക്ഷയായി മാറ്റിക്കൊണ്ടുള്ള സാർ ചക്രവർത്തിയുടെ ഉത്തരവുണ്ടായത്. തുടർന്ന് അദ്ദേഹത്തെ സൈബീരിയയിലേക്ക് നാടുകടത്തി. അവിടെ ജയിലിൽ ചങ്ങലയ്ക്കിട്ട തടവുകാരനായി നാലുകൊല്ലം കഴിച്ചുകൂട്ടേണ്ടിവന്നു. പിന്നീട് ആറുകൊല്ലം പട്ടാളക്കാരനായി സേവനം അനുഷ്ഠിച്ചു. പട്ടാളത്തിൽനിന്നു വിടുതൽ നേടിയശേഷം അദ്ദേഹം സാഹിത്യസേവനം തുടർന്നു. പിന്നീട് പത്തു നോവലുകളും അനേകം ചെറുകഥകളും ലേഖനങ്ങളും വിവിധ ആനുകാലികങ്ങളിൽ പ്രസിദ്ധപ്പെടുത്തി. അനാരോഗ്യം, സാമ്പത്തികവും കുടുംബപരവുമായ പ്രശ്നങ്ങൾ എന്നിവ നിരന്തരം അദ്ദേഹത്തെ പീഡിപ്പിച്ചുകൊണ്ടിരുന്നു. ക്ഷയരോഗബാധിതനായ അദ്ദേഹം 1881 ൽ ശ്വാസകോശത്തിൽനിന്നുള്ള രക്തസ്രാവം നിമിത്തം നിര്യാതനായി.

ദസ്തയേവ്സ്കിയുടെ മരണത്തിനുശേഷം പല ജീവചരിത്ര ഗ്രന്ഥങ്ങളിലും പ്രബന്ധങ്ങളിലും ഓർമ്മക്കുറിപ്പുകളിലും വൈദ്യസാഹിത്യലേഖനങ്ങളിലും അദ്ദേഹത്തെ ബാധിച്ചിരുന്ന അപസ്മാരരോഗം അപൂർവ്വമായ ഒന്നാണെന്ന വസ്തുത ചർച്ചചെയ്യപ്പെട്ടിട്ടുണ്ട്.

1854 ൽ ഫെബ്രുവരി 22 ന്, ജയിൽമോചിതനായി ഒരാഴ്ച കഴിഞ്ഞ് തന്റെ സഹോദരൻ മൈക്കലിനയച്ച ഒരു കത്തിൽ അദ്ദേഹം ഇപ്രകാരം എഴുതി. 'ഞരമ്പുകളുടെ തകരാറുനിമിത്തം എനിക്ക് ഒരിക്കൽ അപസ്മാരബാധ ഉണ്ടായി. പിന്നീട് അത് വല്ലപ്പോഴുമൊക്കെയേ ഉണ്ടാകാറുള്ളൂ.' 1857 മാർച്ച് 9 ന് തന്റെ സുഹൃത്തായ റാങ് ഗെൽ പ്രഭുവിന് (Boron Wrangal) അദ്ദേഹം എഴുതി. 'എനിക്ക് യഥാർത്ഥമായ അപസ്മാരരോഗമാണ് ബാധിച്ചിരിക്കുന്നതെന്ന് ഡോക്ടർ എന്നോട് പറഞ്ഞിരിക്കുന്നു.' ഇവിടെ പരാമൃഷ്ടനായ ഡോക്ടർ, 1946 മുതൽ ദസ്തയേവ്സ്കിയെ അറിയാവുന്ന ഡോ. ജാനോവ്സ്കിയാണ് (Dr. Janowsky).

ദസ്തയേവ്സ്കി നല്കിയ വിവരങ്ങളുടെ അടിസ്ഥാനത്തിൽ സൈബീരിയയിലെ ഏഴാം സൈനിക വിഭാഗങ്ങളിലെ ഡോക്ടറായിരുന്ന മേജർ എർമാകോവ് (Major Emakov) 1857 ഡിസംബർ 16-ാം തീയതി ഒരു ഔദ്യോഗിക കുറിപ്പിൽ ഇപ്രകാരം രേഖപ്പെടുത്തി:

> 35 വയസ്സ് പ്രായവും ശരാശരി ശരീരപ്രകൃതിയുമുള്ള ദസ്തയേവ്സ്കിക്ക് താഴെപ്പറയുന്ന ലക്ഷണങ്ങളോടുകൂടി ആദ്യത്തെ അപസ്മാരബാധ ഉണ്ടായത് 1850 ൽ ആണ്: 'പെട്ടെന്നൊരു നിലവിളി, ബോധക്ഷയം, തലയുടെയും കൈകാലുകളുടെയും പിടയൽ, ചുണ്ടുകളിൽ പത, പ്രയാസപ്പെട്ടുള്ളതും ശബ്ദായമാനവുമായ ശ്വാസോച്ഛ്വാസം, 15 മിനിട്ട് നേരത്തേക്ക് വേഗത്തിലുള്ള നാഡിമിടിപ്പ്, പിന്നീട് കടുത്ത ക്ഷീണം. 1853 ൽ അപസ്മാരം വീണ്ടും പ്രത്യക്ഷപ്പെട്ടു. അതിനുശേഷം, മിക്ക മാസാന്ത്യത്തിലും രോഗാക്രമണം ഉണ്ടാകാറുണ്ട്.' ഓംസ്കിലെ സൈനികാശുപത്രിയിലെ ഡോക്ടർ ട്രോയിക്കി (Dr. Troicky), ദസ്തയേവ്സ്കിയുടെ സതീർത്ഥ്യനും സഹപ്രവർത്തകനുമായ റീസെൻ കാംപ്ഫിനോട് (Riesenkampf) 1851 ൽ പറഞ്ഞു. "ദസ്തയേവ്സ്കിയുടെ കാര്യത്തിൽ എനിക്ക് വളരെ ദുഃഖമുണ്ട്. അദ്ദേഹം അപസ്മാരരോഗ ബാധിതനായിരിക്കുന്നു."

ദസ്തയേവ്സ്കിയുടെ അപസ്മാരബാധയെക്കുറിച്ചുള്ള ആദ്യത്തെ വിവരണം നല്കിയിരിക്കുന്നത് അദ്ദേഹത്തിന്റെ സുഹൃത്തായ ഗ്രിഗൊരോവിച്ചാണ് (Grigorowitch). ഈ രോഗാക്രമണം ഉണ്ടായത് 1846 ജനുവരിയിൽ അദ്ദേഹം *പാവപ്പെട്ട മനുഷ്യർ* (Poor Folk) എന്ന നോവൽ പൂർത്തിയാക്കി അധികം കഴിയുന്നതിനുമുമ്പാണ്. ഒരു നോവലിസ്റ്റ് എന്ന നിലയിൽ അദ്ദേഹത്തിന് അംഗീകാരം നേടിക്കൊടുത്ത ഒരു കൃതിയാണത്. ഒരിക്കൽ ഗ്രിഗൊരോവിച്ചിനൊപ്പം നടക്കാനിറങ്ങിയപ്പോൾ അദ്ദേഹം ഒരു ശവസംസ്കാരഘോഷയാത്ര കണ്ടു. അവിടെനിന്നും പോകണമെന്ന് അദ്ദേഹം ആഗ്രഹിച്ചെങ്കിലും പെട്ടെന്ന് ശക്തമായ രോഗബാധയുണ്ടായി. അദ്ദേഹത്തെ താങ്ങിയെടുത്ത് അടുത്തുള്ള ഒരു പലവ്യഞ്ജനക്കടയിൽ കൊണ്ടുചെന്ന് കിടത്തി. വളരെ പ്രയാസപ്പെട്ടാണ് അദ്ദേഹത്തിന് സ്വബോധം തിരികെ കിട്ടിയത്.

പ്രായപൂർത്തി വന്നകാലം മുതൽ ദസ്തയേവ്സ്കിയെ അപസ്മാരം നിരന്തരം ശല്യം ചെയ്തിരുന്നുവെന്ന് ഇവയിൽനിന്നെല്ലാം വ്യക്തമാണ്. രോഗം വന്നിരുന്നത് മിക്കവാറും രാത്രികളിലായിരുന്നു. രോഗാക്രമണം പലപ്പോഴും വളരെ ശക്തമായിരുന്നു. ഓരോ ആക്രമണത്തിനുശേഷവും അദ്ദേഹത്തിന് കുറേ ദിവസത്തേക്ക് ചിന്താക്കുഴപ്പം, ഉന്മേഷമില്ലായ്മ, ജോലി ചെയ്യാനുള്ള കഴിവില്ലായ്മ എന്നിവ അനുഭവപ്പെട്ടിരുന്നു. മുപ്പ

ത്തിയഞ്ചു വർഷമുണ്ടായിരുന്ന രോഗം ശരാശരി മാസത്തിലൊന്ന് എന്ന തോതിൽ പ്രത്യക്ഷപ്പെട്ടിരുന്നു.

കടുത്ത അപസ്മാര രോഗവും സാഹിത്യപ്രതിഭയും ദസ്തയേവ്സ്കിയിൽ ഫലപ്രദവും നാടകീയവുമായി സഹവർത്തിത്വം സ്ഥാപിച്ചതിനെ സംബന്ധിച്ച് പല നിഗമനങ്ങളിലും എത്താവുന്നതാണ്. രോഗബാധ അദ്ദേഹത്തിന്റെ പ്രതിഭയ്ക്ക് മങ്ങലേല്പിക്കുകയോ അതിനെ തളർത്തുകയോ ചെയ്തില്ല. എന്നു മാത്രമല്ല, അത്, അദ്ദേഹത്തിന്റെ അപസ്മാരത്തിൽ അധിഷ്ഠിതവുമല്ലായിരുന്നു. അപസ്മാരരോഗികളുടെ ബുദ്ധിശക്തിയെ അത് ദോഷകരമായി ബാധിക്കുമെന്ന വിധിയെഴുത്തിന് എതിരായുള്ള ഒരു പാഠം കൂടിയാണിത്. അതുപോലെ, അപസ്മാരരോഗികളായ പ്രതിഭാശാലികളുടെ പ്രതിഭയ്ക്കു കാരണം ഈ രോഗമാണെന്ന വാദത്തിനെതിരായുള്ള ഒരു പാഠവുമാണ്. ദസ്തയേവ്സ്കിയെ സംബന്ധിച്ചിടത്തോളം ഈ രോഗംകൊണ്ടുള്ള ഒരു പ്രയോജനം ഏതാനും അസാധാരണക്കാരായ അപസ്മാര ബാധിതകഥാപാത്രങ്ങളെ തന്റെ പല നോവലുകളിൽ സൃഷ്ടിക്കുവാൻ കഴിഞ്ഞു എന്നതുമാത്രമാണ്.

മസ്തിഷ്കരോഗവിദഗ്ദ്ധരുടെ സവിശേഷ ശ്രദ്ധ ആകർഷിച്ച ഒരു രോഗലക്ഷണം ദസ്തയേവ്സ്കിയിൽ കണ്ടിരുന്നു. അപസ്മാരബാധയുണ്ടാകുന്നതിനു മുമ്പായി അദ്ദേഹത്തിന് അനുഭവപ്പെട്ടിരുന്ന ഒരുതരം ആനന്ദമൂർച്ഛ (Ecstasy) ആയിരുന്നു ഇത്. തൽഫലമായി, 'പാർശ്വമസ്തിഷ്ക അപസ്മാരം' (Temporal lobe epilepsy) എന്ന ഒരു പ്രത്യേകതരം അപസ്മാരം അദ്ദേഹത്തിനുണ്ടായിരുന്നതായി ഒരു സിദ്ധാന്തം പല മസ്തിഷ്ക വിദഗ്ദ്ധന്മാരും അവതരിപ്പിക്കുകയുണ്ടായി. ഈ അപസ്മാരം പിന്നീട്, 'ഗ്രാൻഡ്മാൾ അപസ്മാരം' (Grandmal Epilepsy) എന്ന സാധാരണ കാണപ്പെടാറുള്ള അപസ്മാരമായി പരിണമിക്കുകയും ചെയ്യുന്നു. രോഗബാധയ്ക്കുമുമ്പ് അദ്ദേഹത്തിന് അനുഭവപ്പെട്ടിരുന്ന ആനന്ദമൂർച്ഛ (Ecstasy) അപസ്മാരരോഗബാധിതരിൽ അപൂർവ്വമായി മാത്രം കാണപ്പെടുന്ന ഒരു സവിശേഷതയാണ്. അനുഭവിക്കാത്തവർക്ക് സങ്കല്പിക്കാൻ പോലുമാകാത്ത തരത്തിലുള്ള ഒരു സംതൃപ്തി രോഗാക്രമണത്തിനുമുമ്പ് അല്പനേരത്തേക്ക് തനിക്ക് അനുഭവപ്പെട്ടിരുന്നതായി അദ്ദേഹം പറയാറുണ്ട്. തനിക്ക് തന്നോടും പ്രപഞ്ചത്തോടും പൂർണ്ണമായ ഒരു സ്വരച്ചേർച്ച തോന്നിയിരുന്നത്രെ. ഈ അവബോധം വളരെ വ്യക്തവും ഈ അനുഭവം അത്യന്തം ആനന്ദകരവുമായിരുന്നു. നിമിഷ നേരത്തേക്കുള്ള ഈ ആനന്ദം അനുഭവിക്കാൻ വേണ്ടി തന്റെ ജീവിതത്തിലെ പത്തു വർഷമോ ജീവിതകാലം മുഴുവൻ തന്നെയോ പ്രതിഫലമായി നല്കാൻ തയ്യാറാണെന്നും അദ്ദേഹം പറഞ്ഞിട്ടുണ്ട്.

സൈബീരിയയിൽ വച്ച് ഉണ്ടായ ഒരു അപസ്മാരബാധയെക്കുറിച്ച് 1865 ൽ ദസ്തയേവ്സ്കിയുമായി നടത്തിയ ഒരു ചർച്ചയെപ്പറ്റി തന്റെ

ബാല്യ കാലസ്മരണകളിൽ സോഫിയ കോവലെസ്കവ്ജാ (Sofia Kovalevskavja) സ്മരിക്കുന്നു. ഈ അവസരത്തിൽ, അപസ്മാരാക്രമണത്തിനു മുമ്പുള്ള തന്റെ അനുഭവങ്ങളെപ്പറ്റി ആവേശപൂർവ്വം അദ്ദേഹം പറയുന്നുമുണ്ട്:

> സ്വർഗ്ഗം ഭൂമിയിലേക്കിറങ്ങിവന്ന് എന്നെ വലിച്ചെടുക്കുന്നതായി എനിക്കു തോന്നി. സത്യം പറയട്ടെ, എനിക്ക് ദൈവത്തെ കാണാനും അദ്ദേഹത്തിൽ ലയിക്കാനും കഴിഞ്ഞു. അപസ്മാര ബാധയുടെ സമയത്ത് ഞാൻ പറുദീസയിലായിരുന്നു. ഈ ലോകത്തിലെ മറ്റു സുഖങ്ങളെല്ലാം തരാമെന്നു പറഞ്ഞാലും ഈ പറുദീസ ഞാൻ ആർക്കും വിട്ടു കൊടുക്കുകയില്ല.

ഈ വിവരങ്ങളുടെയെല്ലാം അടിസ്ഥാനത്തിൽ പാർശ്വ മസ്തിഷ്കത്തിലുണ്ടാകുന്നതും (Temporal lobe) അത്യധികം ആനന്ദവും സംതൃപ്തിയും നല്കുന്നതുമായ 'ആനന്ദാപസ്മാരം' (Evstatic Epilepsy) ദസ്തയേവ്സ്കിയെ ബാധിച്ചിരുന്നു എന്ന നിഗമനത്തിൽ എത്താവുന്നതാണ്. ആനന്ദാപസ്മാരത്തിന് രണ്ടു രൂപഭേദങ്ങളുണ്ട്. ഒന്നാമത്തേതിൽ രോഗിക്ക് പെട്ടെന്ന് ബോധക്ഷയമുണ്ടാകുകയും വിശദീകരിക്കാനാവാത്ത സുഖാനുഭവവും അപസ്മാരത്തിന്റെ സാധാരണ ചേഷ്ടകളും പ്രകടമാകുകയും ചെയ്യും. രണ്ടാമത്തെ ഇനത്തിൽ, അത്യാനന്ദത്തിന്റെ ഒരു പ്രഭാവലയം ആദ്യം അനുഭവപ്പെടുകയും തുടർന്ന് ശരീരം പിടയ്ക്കാൻ തുടങ്ങുകയും ചെയ്യുന്നു. ഒരുപക്ഷേ, രണ്ടാമത്തെ രൂപമായ ആനന്ദാപസ്മാരമാണ് ദസ്തയേവ്സ്കിയെ ബാധിക്കാറുണ്ടായിരുന്നത്.

പ്രശസ്ത മസ്തിഷ്കരോഗ വിദഗ്ദ്ധനായ ഹെൻറി ഗസ്റ്റോട്ട് (Henri Gastaut), 1977 ലെ തന്റെ ലെന്നക്സ് (Lennox) പ്രസംഗത്തിൽ, ദസ്തയേവ്സ്കിയുടെ ആനന്ദമൂർച്ഛാ അപസ്മാരരോഗ നിർണ്ണയത്തോട് (Ecstatic Epilepsy) വിയോജിക്കുകയാണ് ചെയ്തത്. അദ്ദേഹത്തിന്റെ അഭിപ്രായത്തിൽ, ഉന്മാദാപസ്മാരം (Hystero-Epilepsy) എന്ന പ്രത്യേകതരം അപസ്മാരമാണ് ദസ്തയേവ്സ്കിയെ ബാധിച്ചിരുന്നത്. എങ്കിലും വോസ്കയിലിനെ (Voskavil) പോലെയുള്ള മറ്റു പ്രശസ്ത മസ്തിഷ്ക രോഗവിദഗ്ദ്ധർ ഗസ്റ്റോട്ടിന്റെ അഭിപ്രായത്തോട് യോജിക്കുന്നില്ല. ആനന്ദാപസ്മാര രോഗനിർണ്ണയ (Ecstatic epilepsy)ത്തെ അവർ അനുകൂലിക്കുന്നു. കാരണം, ദസ്തയേവ്സ്കി തന്റെ ബന്ധുമിത്രാദികളായ മൂന്നു പേരോടെങ്കിലും (സോഫിയ കോവലെസ്കവ്ജാ, സ്ട്രാക്കോവ്, റാങ്ഗെൽ പ്രഭു) തനിക്ക് 'ആനന്ദമൂർച്ഛ' അനുഭവപ്പെട്ടകാര്യം എടുത്തു പറഞ്ഞിട്ടുണ്ട്. കൂടാതെ, *ദി ഇഡിയറ്റ്* എന്ന നോവലിലെ മൈഷ്കിൻ രാജകുമാരൻ, *ഭൂതാവിഷ്ടർ* (ദി പൊസ്സെസ്ഡ്) എന്ന നോവലിലെ കിരിലോവ് എന്നീ കഥാപാത്രങ്ങളും ഈ പ്രതിഭാസം അനുഭവിക്കുന്നതായി അദ്ദേഹം വർണ്ണിച്ചിട്ടുണ്ട്.

ആനന്ദാക്രമണവും പ്രഭാവലയദർശനവുമൊക്കെയുള്ള അപസ്മാരം അസാധാരണമായ ഒരു അപസ്മാര പ്രതിഭാസമാണ്. ഏറ്റവും ആധുനികമായ മസ്തിഷ്കശാസ്ത്രത്തെക്കുറിച്ചുള്ള പാഠപുസ്തകങ്ങളിൽ പോലും അതിനെക്കുറിച്ചുള്ള പരാമർശങ്ങളോ ഉദാഹരണങ്ങളോ കാണാറില്ല. വൈദ്യശാസ്ത്രജേർണലുകളിൽ ഈ തരത്തിലുള്ള അപസ്മാരരോഗത്തെപ്പറ്റി അരഡസനിൽ കുറവായ കേസുകളേ റിപ്പോർട്ടു ചെയ്യപ്പെട്ടിട്ടുള്ളൂ. വൈദ്യശാസ്ത്രഗ്രന്ഥങ്ങളിലും ജേർണലുകളിലും ആനന്ദാപസ്മാരത്തെ 'ദസ്തയേവ്സ്കിയുടെ അപസ്മാരം' (Dostoevsky's Epilepsy) എന്നാണ് വിശേഷിപ്പിക്കാറുള്ളത്.

ദസ്തയേവ്സ്കി തന്റെ പന്ത്രണ്ട് നോവലുകളിൽ നാലെണ്ണത്തിലാണ് അപസ്മാര രോഗികളായ കഥാപാത്രങ്ങളെ അവതരിപ്പിച്ചിരിക്കുന്നത്. *ഭൂതാവിഷ്ടരിലെ* (The Possessed) കിരിലോവ്, *കാരമസോവ് സഹോദരന്മാരിലെ* (The Brothers Karamazov) സ്മിർഡ്യാകോവ്, *നിന്ദിതരും പീഡിതരും* (The Insulted and the injured) എന്നതിലെ നെല്ലി, *ഇഡിയറ്റി*ലെ (The idoit) മൈഷ്കിൻ രാജകുമാരൻ എന്നിവർ. അപസ്മാരത്തെ തന്റെ നോവലുകളിലെ ഒരു ഘടകമായി നിർബ്ബന്ധബുദ്ധിയോടെ അവതരിപ്പിക്കുന്നതു വഴി ഒരു കാര്യം അദ്ദേഹം വ്യക്തമാക്കുന്നു. തന്റെ നൈതികാശയങ്ങൾക്ക് രൂപംനല്കുന്നതിനും ചിന്തകളുടെ ഗതി നിർണ്ണയിക്കുന്നതിനും തന്റെ നോവലുകളിലെ അപസ്മാരത്തിന് ഒരു പ്രധാന പങ്കുണ്ടെന്ന വസ്തുതയാണത്.

ദസ്തയേവ്സ്കിയുടെ അപസ്മാര രോഗികളായ കഥാപാത്രങ്ങൾ

നോവൽ	കഥാപാത്രം
ഇഡിയറ്റ് (The idiot) (1869)	മൈഷ്കിൻ രാജകുമാരൻ
കാരമസോവ് സഹോദരന്മാർ (Brothers Karamazov) (1881)	സ്മിർഡ്യാക്കോവ്
നിന്ദിതരും പീഡിതരും (The insulted and the injured) (1862)	നെല്ലി
ഭൂതാവിഷ്ടർ (The Possessed) (1871)	കിരിലോവ്

*ഇഡിയറ്റി*ലെ കേന്ദ്രപ്രമേയം തന്നെ അപസ്മാരരോഗമാണ്. ആ നോവലിലെ പ്രധാനകഥാപാത്രമായ മൈഷ്കിൻ രാഗകുമാരനിൽക്കൂടി ഒരു ദീർഘകാല അപസ്മാരരോഗിയുടെ ജീവിതമാണ് ദസ്തയേവ്സ്കി

ചിത്രീകരിക്കുന്നത്. അദ്ദേഹത്തിലെ ഏറ്റവും പരിചിതവും വിശുദ്ധവുമായ ഒന്നിനെ— ആനന്ദത്തോടെയുള്ള അപസ്മാരത്തെ-ആണ് അദ്ദേഹം തന്റെ പ്രിയപ്പെട്ട കഥാപാത്രമായ മൈഷ്കിന് നല്കിയിരിക്കുന്നത്.

ആത്മത്യാഗമനുഷ്ഠിക്കുന്ന ഒരു ഡോൺ ക്വിക്സോട്ടാണ് മൈഷ്കിൻ രാജകുമാരൻ. ആരംഭത്തിൽ ദാരിദ്ര്യമനുഭവിക്കുന്ന ഒരു പ്രഭു വർഗ്ഗക്കാരനാണ് മൈഷ്കിൻ. നോവലിന്റെ ഉത്തരാർദ്ധത്തിൽ മൈഷ്കിൻ വലിയ ഒരു സ്വത്തിന്റെ അവകാശിയായിത്തീരുന്നുണ്ട്. അദ്ദേഹത്തെ സരള ഹൃദയനും യേശുക്രിസ്തുവിനെപ്പോലെ ഹൃദയശുദ്ധിയുള്ളവനുമായ ഒരു വ്യക്തിയായിട്ടാണ് കഥാകൃത്ത് ചിത്രീകരിച്ചിരിക്കുന്നത്. ചില കുറിപ്പുക ളിൽ, ദസ്തയേവ്സ്കി രേഖപ്പെടുത്തിയിരിക്കുന്നത് മൈഷ്കിനെ നിർദ്ദോ ഷിയും ക്രിസ്തുവിനെപ്പോലെ ശുദ്ധനുമായ ഒരാളായിട്ടാണ് രൂപകല്പന ചെയ്തിരിക്കുന്നത് എന്നാണ്. ആത്മാർത്ഥതയും കാരുണ്യവുമുള്ള ഒരു വിനയശീലനാണ് മൈഷ്കിൻ. കുട്ടികളുടെ ഒരു ചങ്ങാതിയും ദീനരു ടെയും പതിതരുടെയും ഒരു സഹായിയുമാണദ്ദേഹം. അദ്ദേഹം മന്ദബുദ്ധി യായ ഒരു വിശുദ്ധനോ, വിശുദ്ധനായ ഒരു വിഡ്ഢിയോ ആണെന്ന് തോന്നാം. ഇത് റഷ്യൻ സാഹിത്യത്തിൽ ആവർത്തിക്കപ്പെടുന്ന ഒരു പ്രമേ യമാണ്. ഒരു അപസ്മാരരോഗിക്കല്ലാതെ മറ്റാർക്കാണ് അത്തരമൊരു കഥാ പാത്രത്തെ സൃഷ്ടിക്കുവാൻ കഴിയുക?

ദസ്തയേവ്സ്കി തന്റെ രോഗത്തെക്കുറിച്ച്, സ്നേഹിതർക്ക് വിവ രിച്ചുകൊടുത്തിട്ടുള്ളതുപോലെയാണ് *ഇഡിയറ്റി*ലെ മൈഷ്കിൻ രാജകു മാരന്റെ അപസ്മാരാനുഭവ രംഗങ്ങളും ചിത്രീകരിച്ചിട്ടുള്ളത്. നോവലിലെ പ്രസക്തമായ ഭാഗം ഇപ്രകാരമാണ്.

> അപസ്മാരബാധ തുടങ്ങുന്നതിന് ഒരു മിനിട്ട് (ഉണർന്നിരിക്കുമ്പോ ഴാണുണ്ടാകുന്നതെങ്കിൽ) വിഷാദത്തിന്റെയും മാനസികമായ അന്ധകാരത്തിന്റെയും തകർച്ചയുടെയും നടുവിലും ഇടയ്ക്കി ടയ്ക്ക് മസ്തിഷ്കം പെട്ടെന്നു പ്രകാശമാനമാവും. അപ്പോൾ അസാ ധാരണമായ ഗതിവേഗത്തോടെ തന്റെ ജീവശക്തികളെല്ലാറ്റിന്റെയും കൂടി പ്രവർത്തനം പൊടുന്നനെ പരമകാഷ്ഠയിലെത്തും. ഒരു മിന്നൽപ്പിണർപോലെ പാഞ്ഞുപോകുന്ന ഈ നിമിഷങ്ങളിൽ ജീവി താനുഭൂതി, ആത്മബോധം, ദശഗുണീഭവിക്കും. മനസ്സും ഹൃദയവും അസാധാരണമായ പ്രകാശധോരണിയിൽ മുങ്ങിപ്പോകും. എല്ലാ അസ്വാസ്ഥ്യങ്ങളും സംശയങ്ങളും ഉൽക്കണ്ഠകളും നൊടിയിട യിൽ നീങ്ങിക്കിട്ടും. പ്രശാന്തവും സമഞ്ജസവുമായ ഹർഷപ്രതീ ക്ഷകൾ നിറഞ്ഞുനില്ക്കുന്ന മഹോന്നതമായൊരു ശാന്തിയിൽ എല്ലാം വിലയം പ്രാപിക്കും. പക്ഷേ, ഈ നിമിഷങ്ങൾ (അതെ പ്പോഴും ഒരു സെക്കന്റിൽ കൂടുതൽ നീണ്ടു നില്ക്കാറില്ല). ബാധ തുടങ്ങുന്ന ആ അവസാനനിമിഷത്തിന്റെ നാന്ദി മാത്രമായിരിക്കും.

> ആ നിമിഷത്തിലുണ്ടായ അപാരമായ ആനന്ദമോർത്താൽ ഒരു ജീവിതത്തിന്റെ മുഴുവൻ വിലയും ആ ഒരു നിമിഷത്തിനു നല്കാവുന്നതാണെന്നു താനപ്പോൾ സത്യത്തിൽ ആത്മഗതം ചെയ്തിട്ടുണ്ടായിരുന്നു.

വിശദമായ ഈ വിവരണം വ്യക്തമാക്കുന്നതുപോലെ, അപസ്മാര ബാധസമയത്ത് മൈഷ്കിന് പ്രപഞ്ചവുമായി ഒരു ഐക്യമോ സംതൃപ്തിയോ അനുഭവപ്പെട്ടു. ഈ ബോധം ഒരുപക്ഷേ, ഫ്രോയിറ്റ് പറയുന്ന 'സാഗരബോധം' (Oceanic Feeling) ആയിരിക്കാം– അതായത്, സ്വത്വത്തിന്റെ അതിരുകൾ അലിഞ്ഞലിഞ്ഞ് ഇല്ലാതാകുകയും, അമ്മയുടെ മാറോട് ചേർന്ന് കിടക്കുന്ന ശിശുവിന്റെ പ്രാരംഭാവസ്ഥയിലേക്ക് ഒരു തിരികെപ്പോക്ക് ഉണ്ടാകുകയും ചെയ്യുന്ന അവസ്ഥ.

നോവലിന്റെ അവസാനഭാഗത്ത് മൈഷ്കിൻ ഈ സ്ഥിതിയിലെത്തിയതായി ദസ്തയേവ്സ്കി സൂചിപ്പിക്കുന്നുണ്ട്. നസ്താഷയെ റൊഗോഷിൻ വധിച്ചതിനുശേഷമാണ് നോവൽ ആരംഭിക്കുന്നതിനുമുമ്പുള്ള പൂർവ്വസ്ഥിതിയെ മൈഷ്കിൻ പ്രാപിക്കുന്നത്.

> എങ്ങനെയായാലും ഏതാനും മണിക്കൂറുകൾ ആ നിലയിൽ കഴിഞ്ഞു. വാതിൽ തുറന്ന് ആളുകൾ തുരുതുരെ ഉള്ളിലേക്കു കയറി. ഘാതകൻ ശക്തിയായ പനിയിൽ അസ്തപ്രജ്ഞനായി കിടക്കുകയാണ്. പ്രഭു അടുത്ത് മെത്തമേൽ അനങ്ങാതെ ഇരിക്കുന്നുണ്ട്. അയാൾ ഞരങ്ങുമ്പോഴെല്ലാം വിറയ്ക്കുന്ന കൈകൾ കൊണ്ട് അദ്ദേഹം അയാളെ തലോടി സമാശ്വസിപ്പിക്കും.
>
> എന്നാൽ ചുറ്റും നിന്നിരുന്ന ആളുകളെയോ ചോദിച്ച ചോദ്യങ്ങളെയോ അദ്ദേഹം അറിയുകയോ മനസ്സിലാക്കുകയോ ചെയ്തില്ല, സ്വിറ്റ്സർലാന്റിൽനിന്ന് ഷ്നീഡർ* തന്നെ വന്നിരുന്നാലും. ആ രോഗിയുടെ സുഖക്കേടിന്റെ ആദ്യകാലഘട്ടത്തെ അനുസ്മരിച്ചു തീർച്ചയായും കൈ കുടഞ്ഞ് അന്നു പറഞ്ഞതുപോലെ ആശയറ്റ് ഇപ്പോഴും പറഞ്ഞേനെ. "വിഡ്ഢി"!

ഈ നോവലിൽ ദസ്തയേവ്സ്കിയുടെ മറ്റൊരു ഉദ്ദേശ്യം നോവലിന്റെ ഒഴുക്കിലൂടെത്തന്നെ ഒരു അപസ്മാരരോഗിയുടെ ക്രമരഹിതവും അപ്രവചനീയവുമായ ജീവിതത്തെ പ്രതീകാത്മകമായി അവതരിപ്പിക്കുക എന്നുള്ളതും കൂടിയാണ്. *ഇഡിയറ്റ്* കൃത്രിമവും പരസ്പരബന്ധമില്ലാത്തതുമാണെന്നും അതിന്റെ കഥ മനസ്സിലാക്കുവാൻ പ്രയാസമുള്ളതാണെന്നും ചില സാഹിത്യനിരൂപകർ അഭിപ്രായപ്പെട്ടിട്ടുണ്ട്. *ഇഡിയറ്റി*ന്റെ ഘടന കുറേക്കൂടി സൂക്ഷ്മമായി പഠിച്ചാൽ, നോവലിന്റെ ഒഴുക്ക് ഒരു

* Schnieder - സ്വിറ്റ്സർലാന്റിൽ മൈഷ്കിനെ ചികിത്സിച്ചിരുന്ന ഡോക്ടർ.

അപസ്മാരരോഗിയുടെ ജീവിതത്തിന്റെ വിവരണമാണെന്ന് കാണാവുന്നതാണ്. ക്രമരഹിതമായ സംഭവങ്ങൾ അലയടിക്കുന്ന പോലെയാണ് കഥാഗതി പുരോഗമിക്കുന്നത്. തിരമാല പോലെ അവ അടിഞ്ഞുകൂടുകയും അപസ്മാരബാധപോലെ പെട്ടെന്ന് പൊട്ടിത്തെറിക്കുകയും അതിനു ശേഷം തളർന്ന് നിഷ്ക്രിയമാകുകയും ചെയ്യുന്നു. ഇത് അപസ്മാര ബാധയ്ക്കുശേഷമുള്ള പിടച്ചിൽ കഴിഞ്ഞ് രോഗി ക്ഷീണിച്ച് തളരുന്നതു പോലെയാണ്.

ഇഡിയറ്റിൽ മൂന്നാം ഭാഗം രണ്ടാം അദ്ധ്യായത്തിൽ ഒരു ഉദ്യാനത്തിൽ നടക്കുന്ന സംഭവങ്ങൾ പരിശോധിച്ചാൽ അപസ്മാരരോഗബാധയുടെ വിവിധ ഘട്ടങ്ങൾ (ശാന്തമായ തുടക്കം, മുന്നറിയിപ്പുകൾ, പിടച്ചിൽ, വീണ്ടും ശാന്തത) അനാവൃതമായിരിക്കുന്നത് വ്യക്തമായി മനസ്സിലാക്കാൻ കഴിയും.

> അന്നത്തെ ദിനാന്തത്തിൽ മനോജ്ഞമായ ഒരു ഉദ്യാനത്തിൽ വളരെപ്പേർ സമാഗതരായിരുന്നു. ഗായകസംഘത്തിന്റെ ചുറ്റുമുള്ള ഇരിപ്പിടങ്ങൾ എല്ലാം നിറഞ്ഞുകഴിഞ്ഞു. അഗ്ലായയും പ്രഭുവും അപ്പോഴും ഒന്നിച്ചാണ് നടന്നിരുന്നത്. രണ്ടുമൂന്നുപേർ സംസാരിച്ചുംകൊണ്ട് അവിടെത്തന്നെ നിന്നു. അവരെല്ലാം റാഡോംസ്കിയുടെ സ്നേഹിതരായിരുന്നു. അവരിൽ ഒരുവൻ ഉത്സാഹിയും വാചാലനും ആയ ഒരു പട്ടാള ഉദ്യോഗസ്ഥനാണ്. അയാൾ അഗ്ലായയുമായി സംഭാഷണത്തിൽ ഏർപ്പെട്ടു. റാംഡോസ്കി തന്റെ സ്നേഹിതനെ പ്രഭുവിനു പരിചയപ്പെടുത്തിക്കൊടുക്കാൻ തയ്യാറായി. റാഡോംസ്കിയുടെ ചങ്ങാതി പ്രഭുവിനോട് എന്തോ ഒന്നു ചോദിച്ചു. പ്രഭു അതിനു മറുപടി പറഞ്ഞില്ല. അഥവാ പറഞ്ഞിരുന്നെങ്കിൽ അതു വ്യക്തമായില്ല. ഒന്നും മനസ്സിലാകാതെ അദ്ദേഹത്തെ തുറിച്ചുനോക്കി.
>
> പ്രഭുവും യപാൻചിൻമാരും ഇരുന്നിരുന്നതിനടുത്തുള്ള പ്രവേശന ദ്വാരത്തിൽക്കൂടി പത്തോ പന്ത്രണ്ടോ പേരടങ്ങിയ ഒരു സംഘം കടന്നു വന്നു. അവർക്കുമുമ്പിൽ മൂന്നു അതിസുന്ദരികൾ നടന്നിരുന്നു.
>
> അതുകൊണ്ട് അവരുടെ പിന്നാലെ ചില ആരാധകന്മാരുണ്ടായിരുന്നതിൽ അത്ഭുതമില്ല. എന്നാൽ, ആ സ്ത്രീകളുടെയും സേവകന്മാരുടെയും മുഖങ്ങളിൽ അവിടെ ഉണ്ടായിരുന്ന മറ്റുള്ളവരിൽനിന്ന് വേർതിരിച്ചിരുന്ന വ്യത്യസ്തമായ ഏതോ ഒരു ഭാവവിശേഷം തെളിഞ്ഞു കാണപ്പെട്ടിരുന്നു.
>
> നസ്താഷ പ്രത്യേകിച്ച് ആരേയും ശ്രദ്ധിക്കാതെ മുമ്പോട്ടു നടന്നു. അവൾ പെട്ടെന്ന് അവരുടെ നേരെ തിരിഞ്ഞു. റാഡോംസ്കിയുടെ

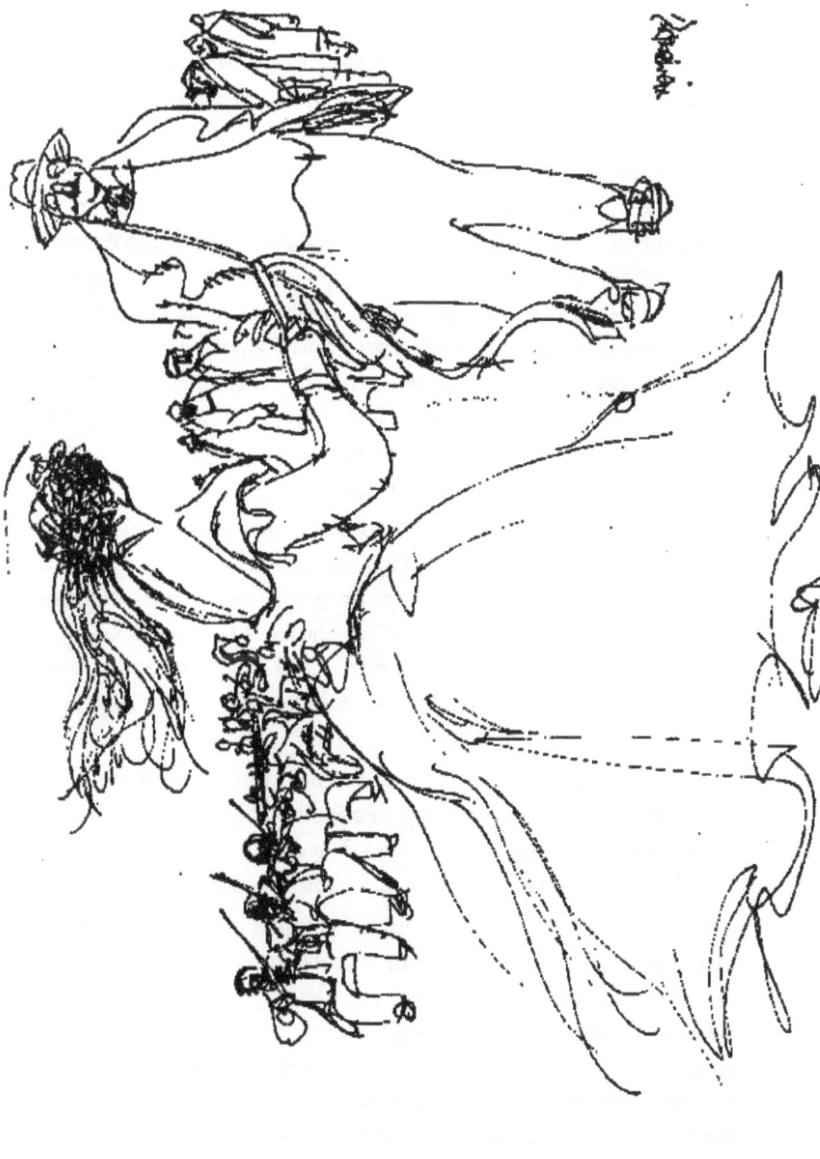

സാന്നിദ്ധ്യം അവൾ അപ്പോഴാണു മനസ്സിലാക്കിയത്.

“അല്ല, ഇതാ അയാൾ ഇവിടെയുണ്ട്.’ അവിടെ നിന്നുകൊണ്ട് അവൾ ആശ്ചര്യപൂർവ്വം പെട്ടെന്നു വിളിച്ചു പറഞ്ഞു. ‘ഇതാ തീരെ പ്രതീക്ഷിക്കാൻ വയ്യാത്ത ഒരിടത്തു വന്നിരിക്കുന്നു. ഞാൻ വിചാരിച്ചു അങ്ങ് മാതുലഗൃഹത്തിലാണെന്ന്.”

റാഡോംസ്കിയുടെ മുഖം തുടുത്തു. അയാൾ ഉൽക്കടരോഷത്തോടെ നസ്താഷ ഫിലിപ്പോവ്നയെ ഒന്നു നോക്കി. വേഗത്തിൽ മുഖം തിരിച്ചു.

“എന്തേ, അറിഞ്ഞില്ലേ? ഇനിയും അറിഞ്ഞുകൂടെന്നോ! ഒന്നാലോചിച്ചാട്ടെ. അമ്മാവൻ ആത്മഹത്യ ചെയ്തു! ഇതുവരെ അറിഞ്ഞില്ലേ? നിങ്ങളുടെ അമ്മാവൻ ഇന്നു രാവിലെ തന്നെത്താൻ വെടിവച്ചു മരിച്ചു. ഞാൻ രണ്ടു മണിക്ക് ഈ വാർത്ത കേട്ടു. പട്ടണം മുഴുവനും പാട്ടായിക്കഴിഞ്ഞു. ചിലർ പറയുന്നുണ്ട്. സർക്കാർ വക മൂന്നരലക്ഷം റൂബിൾ കുറവു കാണുന്നുണ്ട് എന്ന്. മറ്റു ചിലരുടെ കണക്കുപ്രകാരം അഞ്ചു ലക്ഷമാണ്. കിഴവൻ, മുഴുവൻ ധൂർത്തടിച്ചു. ആട്ടെ! ഉഷാറായിരിക്കൂ! അവിടെ പോകുന്നില്ലേ? അപ്പോൾ ഇതാണല്ലേ, ഉദ്യോഗം രാജിവയ്ക്കാൻ കാരണം? സൂത്രശാലി! എല്ലാം മുൻകൂട്ടി അറിഞ്ഞിരുന്നു. ഇല്ലേ?”

റാഡോംസ്കി ആദ്യം ആ സ്ത്രീയെ തീരെ ഗൗനിക്കാതിരിക്കാനും എങ്ങനെയെങ്കിലും ഒഴിഞ്ഞുപോട്ടെ എന്നു കരുതാനും ഉറച്ചതാണ്. എന്നാൽ അവളുടെ വാക്കുകൾ അയാളെ ഒരു അശനിപാതം പോലെ പ്രഹരിച്ചു. മാതുലൻ മരിച്ച വിവരം കേട്ട് അയാൾ പച്ചക്കൂമ്പാളപോലെ വിളർത്തു. റാഡോംസ്കിയും അമ്പരപ്പു ശമിക്കാതെ അവിടെ നില്ക്കുകയാണ്. അപ്പോഴേക്കും അതികുത്സിതമായ ഒരു രംഗം അഭിനീതമായി.

അഗ്ലായയുമായി സംസാരിച്ചുകൊണ്ടിരുന്ന ആ സൈനിക ഉദ്യോഗസ്ഥൻ റാഡോംസ്കിയുടെ ഉറ്റ ചങ്ങാതിയായിരുന്നു. അയാൾക്കു കലശലായ കോപം വന്നു. അയാൾ ഉച്ചത്തിലലറി. “തേവിടിശ്ശി കുതിരച്ചമ്മട്ടിക്കടിക്കണം. ഈ വകക്കാരോട് അതേപറ്റൂ.”

നസ്താഷ ഉടനെ അയാളുടെ നേരെ തിരിഞ്ഞു. അവളുടെ കണ്ണുകൾ ജ്വലിച്ചു. രണ്ടു ചുവടകലെ നിന്നിരുന്ന, തികച്ചും അപരിചിതനായ ഒരു യുവാവിന്റെ അടുത്തു പാഞ്ഞുചെന്നു. അയാളുടെ കൈയിൽ ഒരു തോല്ചാട്ടവാറുണ്ടായിരുന്നു. അത് അവൾ തട്ടിപ്പറിച്ചു. സർവ്വശക്തിയുമുപയോഗിച്ച് ആ ഉദ്യോഗസ്ഥനെ ചമ്മട്ടികൊണ്ട് അവൾ ആഞ്ഞൊരടികൊടുത്തു. ആ അടി മുഖത്തുതന്നെ കൊണ്ടു. എല്ലാം ഞൊടിയിടയിലാണു നടന്നത് – അന്തം മറന്ന്

> ആ ഉദ്യോഗസ്ഥൻ അവളുടെ നേരെ ചാടിവീണു. നസ്താഷയുടെ സഹചരന്മാരൊക്കെ ഇതിനിടെ സ്ഥലം വിട്ടിരുന്നു. അടുത്തുതന്നെ നിന്നിരുന്ന മൈഷ്കിൻ പെട്ടെന്നു പിന്നിൽനിന്നും ഉദ്യോഗസ്ഥന്റെ കൈ പിടിച്ചു. ആ ഉദ്യോഗസ്ഥൻ കൈ കുതറി വിടുവിക്കുമ്പോൾ മൈഷ്കിന്റെ നെഞ്ചത്തു പിടിച്ചുതള്ളി. അദ്ദേഹം വേച്ചുവേച്ച് ഒരു കസേരയിൽ ചെന്നു വീണു.
>
> തത്സമയം ആൾക്കൂട്ടത്തിൽനിന്നും റോഗോഷിൻ മുമ്പോട്ടു വന്ന് നസ്താഷയെ കൈയ്ക്കുപിടിച്ച് കൂട്ടിക്കൊണ്ടുപോയി. റോഗോഷിൻ കഠിനമായി ക്ഷോഭിച്ചിരുന്നു. അയാൾ വിളറി വെളുത്തിരുന്നു.
>
> സ്വബോധം കരസ്ഥമാക്കിയ ആ ഉദ്യോഗസ്ഥൻ കൈലേസു കൊണ്ടു മുഖം പൊത്തി. പ്രഭുവിന്റെ നേരെ തിരിഞ്ഞു. അദ്ദേഹം കസേരയിൽനിന്ന് എഴുന്നേറ്റിരുന്നു.
>
> "അവൾക്കു ഭ്രാന്താണ്. ഭ്രാന്ത്! പറയുന്നതു വിശ്വസിക്കൂ." പ്രഭു ഗദ്ഗദ സ്വരത്തിൽ പറഞ്ഞു. അദ്ദേഹം ഉദ്യോഗസ്ഥനെ ഹസ്തദാനം ചെയ്തു.
>
> അദ്ദേഹം തലകുലുക്കി, നടന്നുപോയി. എല്ലാവരും പോയി അഞ്ചു മിനിറ്റു കഴിഞ്ഞപ്പോൾ പൊലീസുകാർ പാഞ്ഞെത്തി. പക്ഷേ, ആ രംഗം രണ്ടുനിമിഷത്തിൽക്കൂടുതൽ നീണ്ടുനിന്നിരുന്നില്ല. അവിടെ ഉണ്ടായിരുന്നവരിൽ ചിലർ എഴുന്നേറ്റുപോയിരുന്നു. ചിലർ സ്ഥലം മാറിയിരുന്നു. വേറെ ചിലർക്ക് ആ നടന്നതു തീരെ രസിച്ചില്ല. നേരെ മറിച്ച് മറ്റു ചിലർ അതിനെപ്പറ്റി വലിയ രസംപിടിച്ച മട്ടിൽ സംസാരിച്ചു. ചുരുക്കത്തിൽ എല്ലാം പതിവു പോലെ സാരമില്ലാതെ അവസാനിച്ചു.

മസ്തിഷ്കരോഗ ചികിത്സയിൽ വൈദഗ്ദ്ധ്യം നേടുന്ന ഡോക്ടർമാർക്ക് അപസ്മാരത്തിന്റെ ശാരീരികവശങ്ങൾ (Organic aspects) കൈകാര്യം ചെയ്യുന്നതിൽ നല്ല പരിശീലനം ലഭിക്കുന്നുണ്ട്. രോഗനിർണ്ണയം രോഗാപഗ്രഥനം, അപസ്മാര ഔഷധ ചികിത്സ എന്നീ കാര്യങ്ങളിൽ അവർ നിപുണരാണ്. എങ്കിലും, അവരിൽ പലർക്കും അപസ്മാരത്തിന്റെ ശാരീരികേതരവശങ്ങൾ (Non-organic aspects) കൈകാര്യം ചെയ്യുന്നതിൽ വേണ്ടത്ര പരിശീലനം ലഭിക്കുന്നില്ല. ഉദാഹരണമായി, രോഗികളുടെ വൈകാരികവും മാനസികവും ധാർമ്മികവും ആത്മീയവുമായ പ്രശ്നങ്ങളുടെ കാര്യത്തിൽ. ദസ്തയേവ്സ്കിക്ക് രോഗത്തിന്റെ ശാരീരികവശങ്ങളെപ്പറ്റി അധികം അറിവില്ലായിരിക്കാം. പക്ഷേ, അപസ്മാരരോഗികളുടെ വികാരങ്ങളും വിചാരങ്ങളും മൈഷ്കിൻ രാജകുമാരനെപ്പോലെയുള്ള കഥാപാത്രങ്ങളിലൂടെ ദസ്തയേവ്സ്കി നമുക്ക് വ്യക്തമാക്കിത്തരുന്നുണ്ട്. *ഇഡിയറ്റും* അതുപോലെയുള്ള ദസ്തയേവ്സ്കിയുടെ മറ്റു കൃതി

കളും വായിക്കുമ്പോൾ വിട്ടുമാറാത്ത അപസ്മാരമുള്ള ഒരു രോഗിയുടെ ആന്തരികാവസ്ഥ എന്താണെന്ന് നമുക്ക് വ്യക്തമായി മനസ്സിലാക്കുവാൻ കഴിയും. ഏറ്റവും നല്ല മസ്തിഷ്കശാസ്ത്ര പാഠപുസ്തകങ്ങൾക്കുപോലും അപസ്മാരരോഗത്തെപ്പറ്റി ഇത്ര വലിയ ഒരു ഉൾക്കാഴ്ച നല്കാൻ കഴിയുമെന്ന് തോന്നുന്നില്ല.

കലയ്ക്ക് ശാസ്ത്രനിരീക്ഷണങ്ങളെ എത്രമാത്രം ബലപ്പെടുത്താനും വിശദമാക്കാനും കഴിയും എന്നതിന്റെ നല്ല ഉദാഹരണങ്ങളാണ് ദസ്തയേവ്സ്കിയുടെ *ഇഡിയറ്റും* മറ്റു കൃതികളും.

2

നിക്കോളാസ് ബോൾകോൺസ്കിയുടെ മരണം

ടോൾസ്റ്റോയിയുടെ മഹത്തായ നോവലായ *യുദ്ധവും സമാധാനവും* ഒരു ചരിത്ര നോവൽ മാത്രമല്ല, ചരിത്രത്തെക്കുറിച്ചുള്ള ഒരു നോവൽ കൂടിയാണ്. ചരിത്രത്തെക്കുറിച്ചുള്ള വിവിധ സിദ്ധാന്തങ്ങൾ ആ നോവലിലെ പല അദ്ധ്യായങ്ങളിലും അദ്ദേഹം ചർച്ച ചെയ്യുന്നുണ്ട്. ചരിത്ര പഠനം ജീവിതത്തിലെ മൗലികങ്ങളായ ദാർശനികസത്യങ്ങളിലേക്ക് നയിക്കുമെന്ന് ടോൾസ്റ്റോയി വിശ്വസിച്ചിരുന്നു. റഷ്യയിലെ നെപ്പോളിയൻ കാലഘട്ട ചരിത്രത്തിന്റെ ഒരു പുനരാവിഷ്കാരമാണ് *യുദ്ധവും സമാധാനവും.* കൗതുകകരമെന്നു പറയട്ടെ വിശ്വസാഹിത്യത്തിലെ രണ്ടു പ്രധാന നോവലുകളിൽ നെപ്പോളിയൻ കാലഘട്ടമാണ് പ്രതിഫലിക്കുന്നത്. വിക്ടർ യൂഗോയുടെ *പാവങ്ങൾ* (Les Miserables) ആണ് രണ്ടാമത്തെ കൃതി. നെപ്പോളിയന്റെ നേതൃത്വത്തിൽ നടന്ന പടയോട്ടങ്ങളുടെ ഫ്രഞ്ച് ഭാഷ്യമാണ് യൂഗോ *പാവങ്ങളി*ലൂടെ നല്കുന്നത്. അതേസമയം, ടോൾസ്റ്റോയിയാകട്ടെ *യുദ്ധവും സമാധാന*ത്തിൽ അക്കാലത്തെ ചരിത്ര സംഭവങ്ങളെപ്പറ്റിയുള്ള റഷ്യാക്കാരുടെ കാഴ്ചപ്പാടും നല്കുന്നു.

ഒരു ചരിത്ര നോവലെന്നതിനുപരിയായി, മാനുഷികബന്ധങ്ങളുടെ ചിത്രീകരണത്തിലും മനഃശാസ്ത്രപരമായ ഉൾക്കാഴ്ചയിലും *യുദ്ധവും സമാധാനവും* പ്രസിദ്ധമാണ്. നെപ്പോളിയന്റെ പതനത്തിലേക്കു നയിച്ച ചരിത്ര സംഭവങ്ങളെപ്പറ്റി നോവൽ പ്രതിപാദിക്കുന്നുണ്ട്. മാത്രമല്ല, റഷ്യൻ ജീവിതത്തിലെ വിവിധ പ്രവണതകളുടെ പ്രതിനിധികളെന്ന നിലയിലാണ് നോവലിലെ കഥാപാത്രങ്ങളെ ടോൾസ്റ്റോയി അവതരിപ്പിക്കുന്നത്. അത്യധികം ഹൃദ്യമായാണ്, നോവലിലെ ഭൗതിക സാഹചര്യങ്ങളെയും സംഭവങ്ങളെയും വിവരിക്കുന്നത്. നോവലിലെ കഥാപാത്രങ്ങളുടെ ശാരീരി

കവും മാനസികവുമായ അവസ്ഥകളെ ജീവിത സംഭവങ്ങളുടെ പ്രകൃതി ഭാവങ്ങളുമായി ഇഴുകിച്ചേർക്കാൻ പ്രേരിപ്പിക്കുന്ന അനായാസശൈലിയും പ്രശംസനീയമാണ്.

നോവലിലെ ഒരു പ്രധാന കഥാപാത്രമായ നിക്കോളാസ് ബോൾകോൺസ്കിയുടെ മരണത്തിലേക്ക് നയിച്ച സംഭവങ്ങളുടെ സൂക്ഷ്മ വിവരണത്തിന് ഉയർന്ന സാഹിത്യമൂല്യം മാത്രമല്ല, വൈദ്യ ശാസ്ത്രപരമായ പ്രാധാന്യവുമുണ്ട്. അമേരിക്കയിലെ മിഷിഗൻ സർവ്വക ലാശാലയിലെ സുപ്രസിദ്ധ നാഡീവ്യൂഹ രോഗവിദഗ്ദ്ധനായ റോജർ ആലിബിൻ ഈ രണ്ടു വീക്ഷണകോണുകളിൽക്കൂടി നോവലിനെ അപ ഗ്രഥിക്കുകയും, മസ്തിഷ്ക ശാസ്ത്രജ്ഞന്മാർക്കും സാഹിത്യ വിദ്യാർത്ഥി കൾക്കും സവിശേഷ താല്പര്യമുളവാക്കുന്ന മൗലികമായ ചില നിരീക്ഷ ണങ്ങൾ നടത്തുകയും ചെയ്തിരിക്കുന്നു.

നിക്കോളാസ് ബോൾകോൺസ്കിയുടെ അന്ത്യത്തിന്റെ വിവരണത്തി ലൂടെ ടോൾസ്റ്റോയിയുടെ അസാമാന്യമായ ആഖ്യാനശൈലിയുടെ ചാരുത വായനക്കാരിലെത്തുന്നു. നോവലിലെ നായകന്മാരിൽ ഒരാളായ ആൻഡ്രി രാജകുമാരന്റെ പിതാവാണ് നിക്കോളാസ് ബോൾകോൺസ്കി. സ്വന്തം നിലയിൽത്തന്നെ അദ്ദേഹം നോവലിലെ ഒരു പ്രധാന കഥാപാത്രവുമാണ്. *യുദ്ധവും സമാധാനവും* എന്ന നോവലിന്റെ പത്താം അദ്ധ്യായത്തിൽ 1812 ലെ നെപ്പോളിയന്റെ അധിനിവേശകാലത്ത് നിക്കോളാസ് ബോൾകോൺ സ്കിയെ കടുത്ത രോഗം പിടികൂടുന്നതിന്റെ വിവരണമുണ്ട്. നാട്ടിലെ ഒരു പ്രമുഖ വ്യക്തിയുടെ വസതിയിലേക്ക് പോകാനൊരുങ്ങുമ്പോഴാണ് അദ്ദേ ഹത്തിന് ഈ ഗുരുതരമായ രോഗബാധയുണ്ടാവുന്നത്.

> കൊച്ചു നിക്കോളാസ് പോയതിന്റെ അടുത്ത പ്രഭാതത്തിൽ സീനി യർ (ബോൾകോൺസ്കി) രാജകുമാരൻ തന്റെ പൂർണ്ണമായ സൈനിക വേഷം ധരിച്ച് സൈനികമേധാവിയെ സന്ദർശിക്കാൻ ഒരുക്കങ്ങൾ നടത്തി.
>
> മേരി രാജകുമാരി (സീനിയർ രാജകുമാരന്റെ പുത്രി) അദ്ദേഹം സൈനിക വേഷം ധരിച്ച് പുറത്തേക്ക് ഉദ്യാനത്തിലൂടെ പോകു ന്നത് കണ്ടു. സായുധരായ കർഷകരുടെയും അടിയാന്മാരുടെയും പ്രാദേശികസേനയുടെ കവാത്ത് പരിശോധിക്കാനാണ് അദ്ദേഹം പോയത്. പെട്ടെന്ന് ഭയചകിതരായി അനേകം ആളുകൾ ഉദ്യാന പാതയിൽക്കൂടി ഓടുന്നത് കാണാറായി.
>
> മേരി രാജകുമാരി പൂമുഖത്തേക്ക് പാഞ്ഞു. വേലക്കാരും മറ്റും ഉൾപ്പെടുന്ന അർദ്ധസൈനികരുടെ ഒരു വലിയ ജനക്കൂട്ടം രാജകു മാരിയുടെ അടുത്തേക്ക് നീങ്ങുന്നുണ്ടായിരുന്നു. സൈനിക വേഷ ഭൂഷാദികൾ ധരിച്ച ബോൾകോൺസ്കിയെ കക്ഷങ്ങളിൽ പിടിച്ച്

താങ്ങിക്കൊണ്ടുവരുന്നുണ്ടായിരുന്നു. മകളെ കണ്ടപ്പോൾ അദ്ദേഹം നിസ്സഹായനായി ചുണ്ടുകൾ ചലിപ്പിക്കുകയും ഒരു മുരളുന്ന ശബ്ദം പുറപ്പെടുവിക്കുകയും ചെയ്തു. അന്നു രാത്രി തന്നെ, ഒരു ഡോക്ടർ പരിശോധനയ്ക്കുശേഷം പറഞ്ഞത് രാജകുമാരന് വല തുവശത്ത് പക്ഷാഘാതം ഉണ്ടായി എന്നാണ്.

അനേക ദിവസത്തെ ചികിത്സയ്ക്കുശേഷം രാജകുമാരന് സംസാര ശേഷി കുറേയൊക്കെ വീണ്ടുകിട്ടി. അദ്ദേഹത്തിന് പുത്രിയുമായി കഷ്ടിച്ച് ആശയവിനിമയം നടത്തുവാൻ കഴിവുണ്ടായി. അവർ തമ്മിലുള്ള താഴെ വിവരിക്കുന്ന കൂടിക്കാഴ്ചയിൽനിന്ന് അദ്ദേഹത്തിന്റെ രോഗസ്ഥിതിയുടെ ഏകദേശ രൂപം ലഭിക്കും:

മേരി രാജകുമാരി തന്റെ പിതാവിന്റെ മുറിയിൽ കടന്ന് അദ്ദേഹ ത്തിന്റെ ശയ്യയ്ക്കു സമീപം ചെന്നു. അദ്ദേഹത്തെ കിടക്കയിൽ ചാരി ഇരുത്തിയിരിക്കുകയായിരുന്നു. അദ്ദേഹത്തിന്റെ മെലിഞ്ഞ ചെറിയ കൈകളിലെ ചുവന്ന ഞരമ്പുകൾ എഴുന്ന് കെട്ടുപിണഞ്ഞു നില്ക്കുന്നതു കാണാം. അവ കമ്പിളിപ്പുതപ്പിൽ വിശ്രമിച്ചിരുന്നു. അദ്ദേഹത്തിന്റെ ഇടത്തെ കണ്ണ് നേരെ മുന്നിലേക്ക് നോക്കിയും വലത്തെ കണ്ണ് സ്ഥാനം തെറ്റിയും സ്ഥിതിചെയ്തിരുന്നു. അദ്ദേ ഹത്തിന്റെ മുഖവും ചുണ്ടുകളും നിശ്ചലമായിരുന്നു. അദ്ദേഹ ത്തിന്റെ ചുക്കിച്ചുളിഞ്ഞ രൂപം പൊതുവേ ദയനീയമായി തോന്നി, മുഖം ഉരുകിയതുപോലെ ശുഷ്കിച്ചു പോയി, ശരീരം ആകപ്പാടെ ചുരുങ്ങി ചെറുതായി, മേരി രാജകുമാരി അടുത്തുചെന്ന് അദ്ദേഹ ത്തിന്റെ കൈകളെടുത്ത് ചുംബിച്ചു. അദ്ദേഹത്തിന്റെ ഇടത്തെ കൈ രാജകുമാരിയുടെ കൈ അമർത്തുകയും അദ്ദേഹം മകൾക്കുവേണ്ടി കാത്തിരിക്കുകയായിരുന്നെന്ന സൂചന നല്കുകയും ചെയ്തു. അദ്ദേഹം മേരിയുടെ കൈയിൽ പിച്ചുകയും, ദേഷ്യം നിമിത്തം അദ്ദേ ഹത്തിന്റെ മുഖവും ചുണ്ടുകളും വിറയ്ക്കുകയും ചെയ്തു.

താൻ അദ്ദേഹത്തിനുവേണ്ടി എന്താണ് ചെയ്യേണ്ടതെന്നറിയാൻ ശ്രമിച്ചുകൊണ്ട് രാജകുമാരി വിഷണ്ണയായി അദ്ദേഹത്തെ നോക്കി നിന്നു. മേരി നിന്ന സ്ഥാനം അല്പം മാറിയപ്പോൾ, അദ്ദേഹത്തിന്റെ ഇടത്തെ കണ്ണിന് മകളുടെ മുഖംകാണുവാൻ കഴിഞ്ഞു. അതോടെ അദ്ദേഹം ശാന്തനായി, എങ്കിലും കണ്ണ് അവരുടെ മുഖത്തുതന്നെ തറച്ചിരുന്നു. തുടർന്ന്, അദ്ദേഹത്തിന്റെ ചുണ്ടുകളും നാവും ചലി ക്കാൻ തുടങ്ങി. ശബ്ദം പുറത്തുവന്നു അദ്ദേഹം സംസാരിക്കാൻ തുടങ്ങി. ആശങ്കയോടും യാചനാഭാവത്തിലും രാജകുമാരിയെ അദ്ദേഹം നോക്കി. താൻ പറയുന്നത് മകൾക്ക് മനസ്സിലാകുന്നു ണ്ടോയെന്ന് അദ്ദേഹം ശങ്കിച്ചു,

അവരുടെ സംഭാഷണത്തിന്റെ ബാക്കി ഭാഗത്ത് ബോൾകോൺസ്കിക്ക് സംസാരിക്കാൻ വളരെ പ്രയാസമുണ്ടായിരുന്നെന്ന് പറയുന്നുണ്ട്. പക്ഷേ, കാര്യങ്ങൾ വ്യക്തമായി മനസ്സിലാക്കാനും വ്യാകരണനിയമങ്ങൾ തെറ്റിക്കാതെ ശരിയായ വാക്യങ്ങൾ ഉണ്ടാക്കുവാനും അദ്ദേഹത്തിന് കഴിവുണ്ടായിരുന്നത്രെ. അധികം താമസിയാതെ അദ്ദേഹം മരിക്കുന്നു.

ബോൾകോൺസ്കിയുടെ രോഗം നിർണ്ണയിക്കാൻ ശ്രമിക്കുന്നത് വൈദ്യശാസ്ത്രത്തിലെ രസകരമായ ഒരു അഭ്യാസം ആയിരിക്കും. ആ നോവൽ ശ്രദ്ധയോടെ വായിക്കുന്ന ഏതൊരു നാഡീരോഗവിദഗ്ദ്ധനും ബോൾകോൺസ്കിയുടെ രോഗത്തിന്റെ കൃത്യമായ നിർണ്ണയം ധൈര്യപൂർവ്വം നടത്തുന്നതിന് കഴിയും: കാരണം, അത്രയ്ക്ക് സൂക്ഷ്മവും കൃത്യവുമായിട്ടാണ് ടോൾസ്റ്റോയി അദ്ദേഹത്തിന്റെ മരണത്തിലേക്ക് നയിച്ച സംഭവങ്ങൾ വിവരിക്കുന്നത്. ശരീരത്തിന്റെ വലതു ഭാഗത്തുണ്ടായ തളർച്ചയും സംസാരത്തിന് തടസ്സം നേരിട്ടതും മറ്റു ലക്ഷണങ്ങളും അദ്ദേഹത്തിന് വ്യക്തമായും മസ്തിഷ്കരോഗമാണെന്ന് സൂചിപ്പിക്കുന്നു. ഈ ഘട്ടത്തിൽ, മസ്തിഷ്ക രോഗവിദഗ്ദ്ധന്മാരുടെ രോഗനിർണ്ണയസമീപനമനുസരിച്ച്, രണ്ട് ചോദ്യങ്ങൾക്ക് ഉത്തരം തേടേണ്ടതായിട്ടുണ്ട്. അവ ഒന്ന്, നാഡീവ്യവസ്ഥയ്ക്കുള്ളിൽ കൃത്യമായി ഏത് ഭാഗത്താണ് പ്രശ്നം? രണ്ട്, പ്രശ്നത്തിന്റെ ഹേതു എന്ത്? (അതായത്, ക്ഷതം (Lesion) എവിടെ? എന്തു തരത്തിലുള്ള ക്ഷതമാണ് സംഭവിച്ചത്?) രാജകുമാരന്റെ രോഗലക്ഷണങ്ങളുടെ വിശദമായ വിവരണം ടോൾസ്റ്റോയി നല്കിയിട്ടുള്ളതുകൊണ്ട്, ഈ രണ്ട് ചോദ്യങ്ങൾക്കും ഉത്തരം കണ്ടെത്താൻ കഴിയും, അങ്ങനെ കൃത്യമായ രോഗനിർണ്ണയം നടത്താവുന്നതാണ്.

ബോൾകോൺസ്കിയുടെ വലതുഭാഗത്തിന് തളർച്ച ബാധിച്ചതുകൊണ്ട് മസ്തിഷ്കത്തിന്റെ ഇടതുവശത്തിന് കുഴപ്പം സംഭവിച്ചതായി സംശയിക്കണം. 'വലതുകൈയന്മാരായ' വ്യക്തികളിൽ, ശരീരത്തിന്റെ വലതുവശത്തെ നിയന്ത്രിക്കുന്ന മേഖലയുടെ സമീപത്തുള്ള ഇടത്തെ മസ്തിഷ്ക അർദ്ധഗോളത്തിലാണ് സംസാരശേഷിയുടെ കേന്ദ്രം സ്ഥിതി ചെയ്യുന്നത്. എങ്കിലും, പ്രയാസപ്പെട്ടാണെങ്കിലും, അദ്ദേഹം മകളോട് സംസാരിക്കുന്നുണ്ട്. അതുകൊണ്ട്, ഇടത്തെ മസ്തിഷ്ക അർദ്ധഗോളത്തിലല്ല രോഗകാരണം എന്ന് ഊഹിക്കാവുന്നതാണ്. അപ്പോൾ, പ്രശ്നം മസ്തിഷ്ക അർദ്ധഗോളത്തിന്റെ ചുവടറ്റത്താണ് എന്ന നിഗമനത്തിലെത്താം. (മസ്തിഷ്ക അർദ്ധഗോളത്തെ സുഷുമ്നാകാണ്ഡവുമായി ബന്ധിപ്പിക്കുന്ന ഭാഗത്ത്) ബോൾകോൺസ്കിക്ക്, വൈദ്യശാസ്ത്രത്തിൽ 'ഡിസാർത്രിയ' എന്ന പേരിലറിയപ്പെടുന്ന സംസാരവൈഷമ്യവും നേത്രചലനങ്ങളുടെ ക്രമരാഹിത്യവും ഉണ്ടായിരുന്നെന്ന വസ്തുത ഈ നിഗമനത്തെ പ്രബലമാക്കുന്നുണ്ട്. നേത്രപേശികളെ സഹായിക്കുന്ന ഞരമ്പുകളും നേത്രചലനങ്ങളുടെ ഏകോപനത്തെ നിയന്ത്രിക്കുന്ന നാഡീവ്യൂ

ഹവും സ്ഥിതിചെയ്യുന്നത് മസ്തിഷ്കത്തിന്റെ അടിഭാഗമായ മസ്തിഷ്ക ത്തണ്ടിലാണ് (Brain stem) മദ്ധ്യ മസ്തിഷ്കം (Mid stem), പോൺസ് (pons), മെഡുല്ല (Medulla) എന്നീ മസ്തിഷ്ക ഭാഗങ്ങൾ ഇവിടെയാണുള്ളത്. ഭാഷോല്പാദനം പോലെയുള്ള സംസാരശേഷിയുടെ പ്രവർത്തനകേന്ദ്രത്തെ നിയന്ത്രിക്കുന്നത് മസ്തിഷ്കത്തിന്റെ ഇടത്തെ അർദ്ധഗോളമാണ്. എന്നാൽ, നാവിനെയും തൊണ്ടയെയും പ്രവർത്തിപ്പിക്കുന്ന പേശികൾ പോലെയുള്ള സംസാരശേഷിയുടെ അനുബന്ധ പ്രവർത്തനങ്ങളെ നിയന്ത്രിക്കുന്നത് മസ്തിഷ്കത്തണ്ടാണ്... അർദ്ധഗോളത്തിന്റെ തകരാറുകൊണ്ടുണ്ടാകുന്ന സംസാരശേഷി തകരാറുകളെ 'ഡിസ്ഫെയ്സിയ' (Dysphasia - ഭാഗികമായ സംസാരശേഷിക്കുറവ്) എന്നോ 'അഫെയ്സിയ' (Aphasia - പൂർണ്ണമായ സംസാരശേഷിയില്ലായ്മ) എന്നോ വിശേഷിപ്പിക്കുന്നു. അതേസമയം, അനുബന്ധ ഘടകങ്ങളുടെ തകരാറുമൂലമുണ്ടാകുന്ന സംസാരശേഷിക്കുറവിന് 'ഡിസാർത്രിയ' എന്നാണ് പേര്. ബോൾകോൺസ്കിയുടെ സംസാരശേഷിക്കുറവ് 'ഡിസാർത്രിയ' (Dysarthria) ആണെന്ന് വ്യക്തമാണ്. ഈ സൂചനയുടെ അടിസ്ഥാനത്തിൽ, മസ്തിഷ്കത്തിന്റെ ചുവടറ്റത്താണ് (Brain Stem) ക്ഷതം എന്ന് സ്ഥാനനിർണ്ണയം ചെയ്യാൻ കഴിയും.

മസ്തിഷ്ക അർദ്ധഗോളത്തിന്റെ ഗോളാകൃതിയിലുള്ള ഫ്രോൺടൽ (Frontal) ദളത്തിന്റെ പിൻവശത്താണ് സംസാരശേഷി കേന്ദ്രം സ്ഥിതി ചെയ്യുന്നത്. ഡിസ്ഫെയ്സിയയോ, അഫെയ്സിയയോ ഇല്ലാത്തതിനാൽ രോഗഹേതു ആ ഭാഗത്തല്ല. എന്നാൽ കഥാകൃത്ത് പറയുന്നുണ്ട്, രാജകുമാരി നിന്നിരുന്ന സ്ഥാനം മാറിയപ്പോൾ ബോൾകോൺസ്കിയുടെ ഇടത്തെ കണ്ണിന് അവരുടെ മുഖം ദൃഷ്ടിഗോചരമായി, എന്ന്. ഇത് സൂചിപ്പിക്കുന്നത് അദ്ദേഹത്തിന്റെ വലതുഭാഗത്തെ കാഴ്ചപ്പാടിന് തകരാറുണ്ടായി എന്നാണ്. വൈദ്യശാസ്ത്രത്തിൽ ഈ കുഴപ്പത്തിന് വലത്തെ 'ഹോമോണിമസ് ഹെമിയനൊപിയ' (Homonymous Hemianoapia) എന്നാണ് പേര്. ഈ രോഗമുള്ള ഒരാളിന് വലത്തെ പകുതിയിലെ കാഴ്ചപ്പാട് തകരാറിലായിരിക്കും. മസ്തിഷ്ക അർദ്ധഗോളത്തിന്റെ ഏറ്റവും പിന്നിലുള്ള ഭാഗത്തിന്റെ ഇടതുവശത്ത് രോഗഹേതു ഉണ്ടായാൽ ഇപ്രകാരം സംഭവിക്കാം.

എന്നാൽ, ഏറ്റവും രസകരമായ സംഗതി, ബോൾകോൺസ്കിയുടെ രോഗസ്ഥിതിയെക്കുറിച്ചുള്ള ടോൾസ്റ്റോയിയുടെ സൂക്ഷ്മവിവരണം വ്യക്തമായി സൂചിപ്പിക്കുന്നത് വളരെ അപൂർവ്വവും ദുർഗ്രഹവുമായ മറ്റൊരു മസ്തിഷ്കരോഗം രാജകുമാരന് ഉണ്ടായിരുന്നു എന്നതാണ്. 'ഇടത്തെ കണ്ണ് നേരേ മുമ്പോട്ട് നോക്കിയിരുന്നു' എന്നും 'വലത്തെ കണ്ണ് ക്രമരഹിതമായിരുന്നു എന്നുമുള്ള വിവരണം ബോൾകോൺസ്കിയുടെ രോഗസ്ഥിതിയുടെ സവിശേഷതയാണ് കാണിക്കുന്നത്. മസ്തിഷ്കത്തിന്റെ

ചുവടു ഭാഗത്തിനുണ്ടാകുന്ന രോഗം നിമിത്തം പ്രത്യക്ഷപ്പെടുന്ന 'ഒന്നര രോഗം' (One and a half Syndrome) എന്ന മസ്തിഷ്കരോഗത്തിന്റെ ശരിയായ ഒരു വിവരണമാണ് ടോൾസ്റ്റോയി നല്കിയിരിക്കുന്നത്, രോഗിയുടെ ഇടത്തെ കണ്ണ് ചലിക്കുന്നില്ല (ഒന്ന്), വലത്തെ കണ്ണ് ഭാഗികമായേ ചലിക്കുന്നുള്ളൂ (അര). ഇടത്തെ കണ്ണിന്റെ തകരാറിനെ വൈദ്യഭാഷയിൽ 'തിരശ്ചീനതല ദൃഷ്ട്യാഘാതം' (Horizontal Gaze Palsy) എന്ന് വിളിക്കാറുണ്ട്. ഈ സ്ഥിതിയിലുള്ള ഒരാളിന് കണ്ണിനെ വശങ്ങളിലേക്ക് ചലിപ്പിക്കുവാൻ കഴിയുകയില്ല. 'ക്രമരാഹിത്യം' എന്ന ടോൾസ്റ്റോയി ഉപയോഗിച്ച പദം വലത്തെ കണ്ണിന്റെ ഭാഗികമായ ചലനശേഷിയെ സൂചിപ്പിക്കുന്നതു കൂടാതെ കണ്ണിന്റെ വളഞ്ഞുപുളഞ്ഞുള്ള ചലനത്തെക്കൂടി സൂചിപ്പിക്കുന്നുണ്ട്. വൈദ്യശാസ്ത്രത്തിൽ പറയുന്ന 'നിസ്റ്റാഗ്മസ് (Nystagmus) എന്ന അവസ്ഥയുടെ സാധാരണ ഭാഷയിലെ പദമാണ് കഥാകൃത്ത് ഉപയോഗിച്ചിരിക്കുന്നത് (കണ്ണിന്റെ ഇരുവശങ്ങളിലേക്കുമുള്ള ദ്രുതചലനമാണ് 'നിസ്റ്റാഗ്മ'). ഈ വിവരണത്തിൽനിന്ന് രാജകുമാരന് 'ഒന്നര രോഗം' ഉണ്ടായിരുന്നുവെന്ന നിഗമനത്തിൽ നിസ്സംശയം എത്താവുന്നതാണ്. നേത്രഗോളങ്ങളുടെ ഏകോപിത ചലനങ്ങളെ നിയന്ത്രിക്കുന്നത് മസ്തിഷ്കത്തിന്റെ ചുവടറ്റത്തുള്ള മീഡിയൽ ലോഞ്ജിറ്റ്യൂഡിനൽ ഫാസ്റ്റിക്യൂലസ് (Medial Longitudinal Fascicules) എന്നറിയപ്പെടുന്ന തന്തു പാതകളാണ്. അവയ്ക്കു കേടുണ്ടാകുമ്പോഴാണ് 'ഒന്നര സിൻഡ്രോം' എന്ന രോഗാവസ്ഥ ഉണ്ടാകുന്നത്.

പ്രശസ്ത മസ്തിഷ്കരോഗവിദഗ്ദ്ധനായ ഫിഷർ 1967 ൽ മാത്രമാണ് 'ഒന്നര സിൻഡ്രോം' എന്ന രോഗാവസ്ഥയെ വൈദ്യശാസ്ത്ര സാഹിത്യത്തിൽ വിശദീകരിച്ചത്. അതിന്റെയർത്ഥം ഈ അപൂർവ്വരോഗാവസ്ഥയ്ക്ക് ഫിഷർ വിശദീകരണം നല്കുന്നതിന് ഏതാണ്ട് ഒരു നൂറ്റാണ്ടു മുമ്പുതന്നെ ടോൾസ്റ്റോയി ബോധപൂർവ്വമല്ലെങ്കിലും ഈ വൈദ്യശാസ്ത്ര പ്രശ്നത്തെ സൂക്ഷ്മതയോടെ വിവരിക്കുകയുണ്ടായി എന്നാണ്.

'എവിടെയാണ് രോഗം' എന്ന ചോദ്യത്തിന് മതിയായ സൂക്ഷ്മതയോടെ ഉത്തരം കണ്ടുപിടിക്കാൻ കഴിയും. അതായത്, ബോൾകോൺസ്കിക്ക് മസ്തിഷ്കത്തിന്റെ രണ്ടു ഭാഗങ്ങളിൽ കുഴപ്പങ്ങൾ ഉണ്ടായിരുന്നു. ഒന്ന്, മസ്തിഷ്കത്തിന്റെ ചുവടറ്റത്തും, രണ്ട് മസ്തിഷ്ക അർദ്ധഗോളത്തിന്റെ ഏറ്റവും പിന്നിലുള്ള ഇടതു ഭാഗത്തും. 'ക്ഷതം എന്തായിരുന്നു' എന്നു ചോദിച്ചാൽ ആധുനിക ഭാഷയിൽ നാം 'പക്ഷാഘാതം' (Stroke) എന്നു പറയുന്ന രോഗമാണ് അദ്ദേഹത്തിന് അനുഭവിക്കേണ്ടിവന്നത്. രണ്ടു കാരണങ്ങൾകൊണ്ട് പക്ഷാഘാതമുണ്ടാകാം. തലച്ചോറിന്റെ ചില ഭാഗങ്ങളിലേക്കുള്ള രക്ത പ്രവാഹത്തിനുണ്ടാകുന്ന തടസ്സമാണ് ഒരു കാരണം. തന്മൂലം, ആ ഭാഗത്തെ കലകൾ നശിക്കുന്നതിനിടയാകുന്ന 'ഇൻഫാർക്ട്' (Infarct) എന്ന സ്ഥിതി ഉണ്ടാകുന്നു. ആഘാതമുണ്ടാകു

വാനുള്ള മറ്റൊരു കാരണം, തലച്ചോറിനുള്ളിലുണ്ടാകുന്ന രക്തസ്രാവമാണ്. അതിന് 'ഹെമറേജ്' (Haemorrhage)– പെട്ടെന്നുണ്ടാകുന്ന രക്തസ്രാവം -- എന്നു പറയുന്നു. രക്തപ്രവാഹതടസ്സം മൂലമുള്ള 'ഇൻഫാർക്ടി'ൽനിന്ന്, സാവധാനത്തിലാണെങ്കിലും രോഗി സാധാരണയായി രക്ഷപ്പെടാറുണ്ട്. എന്നാൽ, 'ഹെമറേജ്' (പ്രത്യേകിച്ചും മസ്തിഷ്കത്തിന്റെ ചുവടുഭാഗത്തുണ്ടാകുന്ന രക്തസ്രാവം) മിക്കപ്പോഴും മാരകമായിത്തീരുകയാണ് ചെയ്യുന്നത്. ബോൾകോൺസ്കി താമസംവിനാ മരിച്ചതുകൊണ്ട്, മസ്തിഷ്കത്തിന്റെ ചുവടറ്റത്ത് രക്തസ്രാവം (Brain Stem Haemorage) ഉണ്ടായി എന്ന നിഗമനത്തിൽ എത്താവുന്നതാണ്.

നോവലിൽ ആദ്യന്തം വർണ്ണിച്ചിട്ടുള്ള ബോൾകോൺസ്കി രാജകുമാരന്റെ ജീവിതം കണക്കിലെടുത്താൽ, പക്ഷാഘാതം മാത്രമല്ല അദ്ദേഹത്തിനുണ്ടായിരുന്ന മസ്തിഷ്കത്തകരാറ് എന്ന് കാണാം. അദ്ദേഹത്തിന്റെ ജീവിതത്തിലെ അവസാനത്തെ ഏഴു വർഷമാണ് നോവലിൽ ഉൾപ്പെടുത്തിയിരിക്കുന്നത്. നോവലിന്റെ ആദ്യത്തെ അദ്ധ്യായങ്ങളിൽ അദ്ദേഹത്തെ ഊർജ്ജസ്വലനും ചില പ്രത്യേക സ്വഭാവ വിശേഷങ്ങളുള്ളവനുമായ ഒരു വൃദ്ധനായിട്ടാണ് അവതരിപ്പിച്ചിരിക്കുന്നത്. അദ്ദേഹത്തിന്റെ പ്രായം കൃത്യമായി പറഞ്ഞിട്ടില്ലെങ്കിലും, കാതറീൻ രാജ്ഞിയുടെ കീഴിൽ സൈന്യാധിപനായി സേവനമനുഷ്ഠിച്ച ചരിത്രം സൂചിപ്പിക്കുന്നത് അദ്ദേഹത്തിന് അറുപതിനോ എഴുപതിനോ മേൽ പ്രായം ഉണ്ടായിരിക്കണമെന്നാണ്. ഇത്ര പ്രായമുണ്ടായിട്ടും ഗഹനമായ ഉത്തരവാദിത്വങ്ങൾ വഹിക്കാൻ അദ്ദേഹത്തിന് കഴിവുണ്ട്. വാസ്തവത്തിൽ, തന്റെ ചുമതലയിലുള്ള ജില്ലയിലെ പ്രതിരോധ പ്രവർത്തനങ്ങൾക്ക് അദ്ദേഹം നേതൃത്വം നല്കുന്നുമുണ്ട്. നോവലിൽ, കാലം കഴിയുംതോറും, അദ്ദേഹത്തിന്റെ കഴിവുകൾ കുറഞ്ഞു വരികയും, വ്യക്തിത്വത്തിന് ഒരു മാറ്റം സംഭവിക്കുകയും ചെയ്യുന്നു. തന്റെ വിശ്വസ്തയായ പുത്രിയിൽനിന്ന് അദ്ദേഹം അകലാൻ തുടങ്ങുകയും, അവരുടെ ഫ്രഞ്ചുകാരിയായ സഖിയുമായി അവിഹിതമായ ബന്ധം ആരംഭിക്കുകയും ചെയ്യുന്നു. എന്നുമാത്രമല്ല, പുത്രിയോടും വേലക്കാരോടുമുള്ള അദ്ദേഹത്തിന്റെ പെരുമാറ്റം കൂടുതൽ കൂടുതൽ സ്വേച്ഛാധിപത്യപരമാകുകയും ചെയ്യുന്നു.

അദ്ദേഹത്തിന്റെ പില്ക്കാല ജീവിതത്തിൽ ബുദ്ധിപരമായ കഴിവുകൾ മങ്ങിയിരുന്നതായിട്ടാണ് ചിത്രീകരിച്ചിട്ടുള്ളത്. നോവലിൽ ഒരു ഭാഗത്ത്, അദ്ദേഹം ഫ്രഞ്ചുകാരുടെ 1813 ലെ റഷ്യനാക്രമണത്തെ അതിന് അനേകം വർഷങ്ങൾ മുമ്പുള്ള സംഭവങ്ങളുമായി കൂട്ടിക്കുഴയ്ക്കുന്നതും കാണാം. തൽഫലമായി, ഫ്രഞ്ച് സൈന്യത്തിന്റെ മുന്നേറ്റം നിമിത്തമുണ്ടാകാവുന്ന അപകടങ്ങൾ വേണ്ടവണ്ണം മനസ്സിലാക്കുവാൻ അദ്ദേഹത്തിന് കഴിയുന്നില്ല. മറവിയും പെരുമാറ്റവ്യതിയാനങ്ങളും ലക്ഷണങ്ങളായുള്ള ഈ അവസ്ഥയ്ക്ക് 'പുരോഗമിക്കുന്ന ഓർമ്മക്കുറവ്' (Progressive Dementia) എന്നാണ് വൈദ്യശാസ്ത്രനാമം.

നിക്കോളാസ് ബോൾകോൺസ്കിയുടെ രോഗങ്ങളെക്കുറിച്ചുള്ള ടോൾസ്റ്റോയിയുടെ ഉൾക്കാഴ്ചയുടെ ഉറവിടം എന്താണെന്ന് അദ്ദേഹത്തിന്റെ ആത്മകഥാപരമായ ഗ്രന്ഥങ്ങളോ പ്രബന്ധങ്ങളോ വ്യക്തമാക്കുന്നില്ല. ടോൾസ്റ്റോയിയുടെ അമ്മവഴിയുള്ള മുത്തശ്ശനായ നിക്കോളാസ് ബോൾകോൺസ്കിയെ മാതൃകയാക്കിയാണ് നിക്കോളാസ് ബോൾകോൺസ്കി എന്ന കഥാപാത്രത്തെ വാർത്തെടുത്തിരിക്കുന്നതെന്നാണ് കരുതപ്പെടുന്നത്. ഈ കഥാപാത്രത്തിന്റെ പല സ്വഭാവ വിശേഷങ്ങളും ടോൾസ്റ്റോയിയുടെ മുത്തശ്ശന്റെ ജീവിതത്തിൽനിന്നും കടമെടുത്തിട്ടുള്ളതാണ്. ഇരുവരും കാതറിൻ മഹാരാജ്ഞിയുടെ കാലത്താണ് സൈനികസേവനം അനുഷ്ഠിച്ചിരുന്നത്. ഇരുവരും മതവിശ്വാസികളായിരുന്നില്ല. തങ്ങളുടെ പുത്രിമാർക്ക് പുരുഷന്മാർക്കൊപ്പം വിദ്യാഭ്യാസം ലഭിക്കണമെന്ന് ഇരുവരും ശഠിച്ചിരുന്നു. മുത്തശ്ശന്റെ മരണത്തിനുശേഷമാണ് ടോൾസ്റ്റോയി ജനിച്ചത്. അതുകൊണ്ട്, ആ മുത്തശ്ശന്റെ സ്വഭാവവൈശിഷ്ട്യങ്ങൾക്ക് അദ്ദേഹം ദൃക്സാക്ഷി ആയിരുന്നില്ല. എന്നാൽ ടോൾസ്റ്റോയി തന്റെ കുട്ടിക്കാലം ചെലവഴിച്ചത് ബോൾകോൺസ്കി തറവാട്ടിലായിരുന്നു. അവിടെ ബന്ധുക്കളിൽനിന്നും ഭൃത്യരിൽനിന്നും മുത്തശ്ശന്റെ അവസാനകാലത്തെയും മരണത്തെയുംപറ്റി അറിയാൻ കഴിഞ്ഞിട്ടുണ്ടാവും. നോവലിലെ മറ്റ് സംഭവങ്ങളിലും ബോൾകോൺസ്കി കുടുംബത്തിലെ പാരമ്പര്യങ്ങളാണ് നിഴലിക്കുന്നത്. ഈ ജീവിതചിത്രത്തെ നോവലിലെ സംഭവങ്ങൾക്കും കഥാപാത്രങ്ങൾക്കും ബോൾകോൺസ്കിയുടെ അന്തരംഗത്തിനും പശ്ചാത്തലമാക്കുകയാവാം ടോൾസ്റ്റോയി ചെയ്തത്.

ഒരു ചരിത്രനോവൽ രചിക്കുക മാത്രമായിരുന്നില്ല ടോൾസ്റ്റോയിയുടെ ലക്ഷ്യം. *യുദ്ധവും സമാധാനവും* എന്ന കൃതിയിലെ ഓരോ കഥാപാത്രവും റഷ്യൻ സാമൂഹിക വ്യവസ്ഥയിലെ വിവിധ ജീവിതശൈലികളുടെ പ്രതിനിധികളായിരിക്കണമെന്ന് ടോൾസ്റ്റോയിക്ക് നിർബ്ബന്ധമുണ്ടായിരുന്നു. പാശ്ചാത്യ യുക്തിവാദത്തിൽ ആകൃഷ്ടരായ പ്രഭുക്കന്മാർ പതിനെട്ടാം ശതകത്തിന്റെ അന്ത്യഘട്ടത്തിൽ റഷ്യയിൽ അനവധിയുണ്ടായിരുന്നു. ഈ വരേണ്യവർഗ്ഗത്തിന്റെ പ്രതിനിധിയായാണ് ബോൾകോൺസ്കിയെ ടോൾസ്റ്റോയി അവതരിപ്പിക്കുന്നത്.

ഫ്രഞ്ച് വിപ്ലവകാലത്തെ സംഭവങ്ങളും നെപ്പോളിയൻ നടത്തിയ യുദ്ധങ്ങളും നവോത്ഥാന ദാർശനികർക്കെതിരെ ശക്തമായ പൊതുജനവികാരം ആളിക്കത്തിച്ചിരുന്നു. ഫ്രഞ്ച് വിപ്ലവവും നെപ്പോളിയന്റെ പടയോട്ടവും വരുത്തിവെച്ച നാശങ്ങളുടെ പേരിൽ നവോത്ഥാന തത്ത്വചിന്തകന്മാരെ യൂറോപ്പ് ഒന്നടങ്കം അന്ന് പഴി പറയുകയായിരുന്നു. ഈ ചിന്തകരുടെ ആശയങ്ങളിലുള്ള വിശ്വാസവും അന്ന് ജനങ്ങൾക്ക് നഷ്ടമായിത്തുടങ്ങിയിരുന്നു. ഈ സാഹചര്യം വിവരിക്കാൻ പ്രതീകാത്മക കഥാപാത്രങ്ങളെയും സംഭവങ്ങളെയും ടോൾസ്റ്റോയി ശക്തമായ ആഖ്യാന

ശൈലിയിലൂടെ പ്രയോജനപ്പെടുത്തുകയാണ് ചെയ്തത്. ബോൾകോൺസ്കിയുടെ മസ്തിഷ്കരോഗവും മരണവും യൂറോപ്പിലെ നവോത്ഥാന ചിന്താധാരയുടെ വിധിക്ക് സമാന്തരമായാണ് നീങ്ങുന്നത്. ഒരു സാധാരണ എഴുത്തുകാരന്റെ കൈയിൽ ഇത്തരം പ്രതീകാത്മകത്വം കൃത്രിമവും ഉപരിപ്ലവവുമായ ഒന്നായി മാറിയേനെ. എന്നാൽ *യുദ്ധവും സമാധാനവും* എന്ന നോവലിന്റെ തിളക്കത്തിന് അല്പവും മങ്ങലേല്പിക്കാതെ ബോൾകോൺസ്കിയെ ബാധിച്ച രോഗങ്ങളുടെ സൂക്ഷ്മവിശദീകരണത്തിലൂടെ ടോൾസ്റ്റോയിക്ക് നവോത്ഥാന ചിന്താധാരയുടെ മരണം ശാന്തമായി ആസ്വാദകരുടെ മനസ്സിൽ പതിപ്പിക്കുവാൻ കഴിഞ്ഞിരിക്കുന്നു.

3

രോഗനിർണ്ണയത്തിൽനിന്ന് കുറ്റാന്വേഷണത്തിലേക്ക്

പ്രസിദ്ധ വിക്ടോറിയൻ സാഹിത്യകാരനായ സർ ആർതർ കോനൻ ഡോയിലിന്റെ ഷെർലക്ഹോംസ് കഥകളും നോവലുകളുമാണ് അപസർപ്പക കഥാസാഹിത്യത്തിൽ ഏറ്റവും കൂടുതൽ ജനസമ്മതിനേടിയ കൃതികൾ. കാലക്രമത്തിൽ ഷെർലക്ഹോംസ് എന്ന സാങ്കല്പിക കഥാപാത്രം രൂപാന്തരം പ്രാപിച്ച് അതിന്റെ സ്രഷ്ടാവിനെപ്പോലും നിഷ്പ്രഭനാക്കിക്കൊണ്ട് വളരെ ജനസമ്മതനായ, ജീവനുള്ള ഒരു വ്യക്തിയായി വളർന്നു. ഒരു ഡോക്ടറായിരുന്ന കോനൽ ഡോയിലിന്റെ വൈദ്യപരിശീലനവും വൈദ്യലോകത്തിലെ അനുഭവങ്ങളും അദ്ദേഹത്തിന്റെ ശാസ്ത്രകഥകളെയും ഷെർലക്ഹോംസ് കഥകളെയും അത്യധികം സ്വാധീനിച്ചിട്ടുണ്ട്.

ആർതർ കോനൻ ഡോയിൽ 1859 മെയ് 22-ാം തീയതി സ്കോട്ലൻഡിലെ എഡിൻബർഗ് നഗരത്തിൽ ജനിച്ചു. എഡിൻബർഗ് സർവ്വകലാശാലയിൽനിന്നും 1881 ൽ, അദ്ദേഹം ബാച്ചിലർ ഓഫ് മെഡിസിൻ, മാസ്റ്റർ ഓഫ് സർജറി എന്നീ ബിരുദങ്ങൾ കരസ്ഥമാക്കി. ഹ്രസ്വങ്ങളായ രണ്ട് കപ്പൽയാത്രകൾ അദ്ദേഹത്തിന്റെ അനുഭവസമ്പത്ത് വർദ്ധിപ്പിക്കുന്നതിന് വളരെ സഹായിച്ചു: ഒന്ന് ആർട്ടിക്കിലേക്ക് പോയ ഒരു കപ്പലിലും, മറ്റൊന്ന് ആഫ്രിക്കയുടെ പടിഞ്ഞാറെ തീരത്തേക്ക് പോയ ഒരു കപ്പലിലും. കൂടാതെ ഇംഗ്ലണ്ടിലെ പല ഭിഷഗ്വരന്മാരുടെയും സഹായിയായി മറ്റ് അനേകം യാത്രകളിലും അദ്ദേഹം പങ്കെടുക്കുകയുണ്ടായി. ഇവയിൽനിന്നെല്ലാം കിട്ടിയ അനുഭവസമ്പത്ത് അദ്ദേഹം തന്റെ നോവലുകളിലും ചെറുകഥകളിലും ഉൾക്കൊള്ളിച്ചിട്ടുണ്ട്. 1885 ൽ അദ്ദേഹം തയ്യാറാക്കിയ ഒരു പ്രബന്ധത്തിന്റെ അടിസ്ഥാനത്തിൽ എഡിൻബർഗ് സർവ്വകലാശാല അദ്ദേഹത്തിന് എം ഡി

ബിരുദം നല്കി. സിഫിലിസ് രോഗം സൃഷ്ടിക്കുന്ന മസ്തിഷ്കപരമായ സങ്കീർണ്ണതകളെക്കുറിച്ചുള്ള ഒരു പ്രബന്ധമായിരുന്നു അത്. ഭിഷഗ്വരൻ എന്ന നിലയിൽ മിതമായ പ്രാക്ടീസാണ് അദ്ദേഹത്തിനുണ്ടായിരുന്നത്. അതിനാൽ സാഹിത്യകൃതികൾ രചിക്കുവാൻ അദ്ദേഹത്തിന് ധാരാളം സമയം ലഭിച്ചു. പിന്നീട്, കഠിനമായ ഒരു ഇൻഫ്ളുവൻസാ ബാധയെ അതിജീവിച്ചതോടുകൂടി തന്റെ മുഴുവൻ സമയവും സാഹിത്യത്തിനുവേണ്ടി വിനിയോഗിക്കുവാൻ അദ്ദേഹം തീരുമാനിച്ചു. 1879 ലാണ് അദ്ദേഹത്തിന്റെ ഒന്നാമത്തെ കഥ പ്രസിദ്ധീകരിച്ചത്. ക്രമേണ അദ്ദേഹം മുഴുവൻ സമയവും സാഹിത്യരചനയിൽ മുഴുകി. 1930 ജൂലൈ 7–ാം തീയതി അദ്ദേഹം നിര്യാതനായി. ഡോയിലിന്റെ മുത്തച്ഛൻ ജോൺ ഡോയിൽ പത്തൊൻപതാം ശതകത്തിന്റെ പൂർവ്വാർദ്ധത്തിലെ മികച്ച ഒരു രാഷ്ട്രീയ ഹാസ്യ സാഹിത്യകാരനും, അദ്ദേഹത്തിന്റെ മാതുലനായ ഡിക്ക് ഡോയിൽ, *പഞ്ച്* (Punch) എന്ന പ്രശസ്ത വിനോദമാസികയിലെ കാർട്ടൂണിസ്റ്റുമായിരുന്നു.

ഷെർലക്ഹോംസ് കഥകൾ നേടിയ ജനസമ്മതിക്ക് പല കാരണങ്ങളുമുണ്ട്. അവയിൽ പ്രധാനം, ഷെർലക് ഹോംസ് എന്ന അനുപമനായ കഥാപാത്രം തന്നെയാണ്. കാര്യകാരണസഹിതം നിഗമനങ്ങളിലെത്താനുള്ള അർപ്പണബുദ്ധി, സ്ത്രീവർഗ്ഗത്തോട് (ഒരാളോട് ഒഴികെ) പൊതുവേ കാണിച്ച താല്പര്യമില്ലായ്മ, ചില സന്ദർഭങ്ങളിൽ തന്റെ സുഹൃത്തും സഹപ്രവർത്തകനുമായ ഡോക്ടർ ജോൺ വാട്സനുള്ളതിനേക്കാൾ കൂടുതലായ വൈദ്യശാസ്ത്രവിജ്ഞാനം എന്നീ സവിശേഷതകൾ അദ്ദേഹത്തെ ജനപ്രിയനാക്കി. കൂടാതെ കഥകളിലെ വിവരണങ്ങൾ യാഥാർത്ഥ്യബോധം സൃഷ്ടിക്കുന്നവയാണ്—വ്യക്തവും യഥാർത്ഥവുമായ ഭൂമിശാസ്ത്ര-കാലാവസ്ഥാ വിവരണങ്ങൾ, യഥാർത്ഥ രോഗങ്ങളെപ്പറ്റിയുള്ള പരാമർശം, വിശ്വസനീയമായ രീതിയിൽ വൈദ്യശാസ്ത്ര സംജ്ഞകൾ, ഉപകരണങ്ങൾ, ആശുപത്രികൾ, സംഘടനകൾ എന്നിവയുടെ വർണ്ണനകൾ മുതലായവയെല്ലാം യാഥാർത്ഥ്യ പ്രതീതി ജനിപ്പിക്കുന്നു, ആധുനിക വായനക്കാരനെ ഏറ്റവും ആകർഷിക്കുന്ന ഘടകം ഷെർലക് ഹോംസ് കഥകളിൽ സർവ്വ വ്യാപിയായ വിക്ടോറിയൻ കാലഘട്ടത്തിലെ സമ്പന്നമായ അന്തരീക്ഷമാണ്.

എഡിൻബർഗ് സർവ്വകലാശാലയിൽ വൈദ്യവിദ്യാർത്ഥിയായിരിക്കുമ്പോൾ കോനൻഡോയിൽ വൈദ്യപരിശീലനം നടത്തിയത് റോയൽ ഇൻഫേമറി (Royal Infirmary)യിലെ ഡോ. ജോസഫ് ബെല്ലിന്റെ കീഴിലായിരുന്നു. ഡോയിലിനെ ഏറ്റവും അധികം സ്വാധീനിച്ചിട്ടുള്ള ഒരു അദ്ധ്യാപകനായിരുന്നു ഡോ. ബെൽ. പില്ക്കാലത്ത് ഡോ. ബെല്ലിനെ മാതൃകയാക്കിയാണ് ഷെർലക്ഹോംസ് എന്ന കഥാപാത്രത്തെ അദ്ദേഹം സൃഷ്ടിച്ചത്.

എഡിൻബർഗിലെ വൈദ്യശാസ്ത്ര ലോകത്ത് വളരെ പ്രാമുഖ്യം വഹിച്ചിട്ടുള്ള ഒരു വൈദ്യകുടുംബത്തിലാണ് ജോസഫ് ബെൽ 1837 ൽ ജനിച്ചത്. അദ്ദേഹത്തിന്റെ ഒരു പൂർവ്വികനായ ഡോ. ചാൾസ് ബെൽ ആണ് 'ബെൽസ് പാൽസി' (Bell's Palsy) എന്ന രോഗം നിർണ്ണയിച്ച് വിവരിച്ചത്. (മുഖത്തെ മാംസപേശികളുടെ ദൗർബല്യം നിമിത്തം ഉണ്ടാകുന്ന ഒരു രോഗമാണ് 'ബെൽസ് പാൽസി') 1859 ൽ എഡിൻബർഗ് സർവ്വകലാശാലയിൽനിന്ന് ബിരുദം നേടിയ ശേഷം, പ്രൊഫ. ജെയിംസ് സൈമിന്റെ (James Syme) ഹൗസ് ഫിസിഷ്യനായി റോയൽ ഇൻഫേമറിയിൽ ബെൽ സേവനം അനുഷ്ഠിച്ചു ('സൈംസ് അംപ്യൂട്ടേഷൻ' അഥവാ മുട്ടിനു മേലുള്ള മുറിച്ചു മാറ്റൽ ശസ്ത്രക്രിയ ആവിഷ്കരിച്ച് നടപ്പാക്കിയത് ഡോ. സൈം ആണ്. അദ്ദേഹത്തിന്റെ ജാമാതാവായിരുന്നു പ്രശസ്തനായ ജോസഫ് ലിസ്റ്റർ). ചെറുപ്രായത്തിൽത്തന്നെ റോയൽ ഇൻഫേമറിയിൽ നിയമിതനായ ഡോ. ജോസഫ് ബെൽ വൈദ്യശാസ്ത്രജ്ഞൻ, ശസ്ത്രക്രിയാ വിദഗ്ദ്ധൻ എന്നീ നിലകളിൽ അത്യധികം ആദരിക്കപ്പെട്ടിട്ടുണ്ട്.

ഒന്നാംതരമൊരു അദ്ധ്യാപകൻ കൂടിയായിരുന്നു ഡോ. ബെൽ. അദ്ദേഹത്തിന്റെ രോഗനിരീക്ഷണസൂക്ഷ്മതയും രോഗനിർണ്ണയ പാടവവും അസാധാരണമായിരുന്നു. രോഗികളുടെ ജീവിതസാഹചര്യം, പ്രത്യക്ഷലക്ഷണം, വ്യക്തിപരമായ സവിശേഷതകൾ എന്നിവയെല്ലാം പഠിക്കേണ്ടതാവശ്യമാണെന്ന് ഊന്നിപ്പറഞ്ഞുകൊണ്ടാണ് രോഗനിർണ്ണയകല അദ്ദേഹം പഠിപ്പിക്കാറുണ്ടായിരുന്നത്. രോഗിയുടെ പെരുമാറ്റരീതികൾ, ഗോഷ്ടികൾ, ഭാവങ്ങൾ, സ്വഭാവങ്ങൾ, വ്യക്തിപരമായ പ്രത്യേകതകൾ എന്നിവ അതീവ താല്പര്യത്തോടെ അദ്ദേഹം നിരീക്ഷിച്ച് പഠിക്കും. എന്നിട്ട്, ചുറ്റും നില്ക്കുന്ന തന്റെ വിദ്യാർത്ഥികളോട് രോഗിയെക്കുറിച്ച് നാടകീയമായ ചില വിവരങ്ങൾ പ്രഖ്യാപിക്കുകയും താൻ ആ നിഗമനങ്ങളിൽ എങ്ങനെ ചെന്നെത്തിയെന്ന് അവരുമായി ചർച്ച നടത്തുകയും ചെയ്യും. ഉദാഹരണമായി രോഗി ഏതു സ്ഥലത്തുനിന്ന് വരുന്നു, അയാളുടെ തൊഴിലെന്താണ്, അയാളുടെ കുടുംബജീവിതത്തിന്റെ വിശദാംശങ്ങൾ എന്നിവയെല്ലാം അദ്ദേഹത്തിന് പറയാൻ കഴിയും. കൈയും കൈനഖങ്ങളും നോക്കി രോഗിയുടെ തൊഴിലെന്തെന്നും, പാദരക്ഷയിൽ പറ്റിപ്പിടിച്ചിരിക്കുന്ന ചെളിയുടെ നിറത്തിൽനിന്നും പട്ടണത്തിന്റെ ഏത് ഭാഗത്തുനിന്നും വരുന്നുവെന്നും, രോഗിയുടെ സംസാരരീതിയോ ഗ്രാമ്യഭാഷാപ്രയോഗമോകൊണ്ട് അയാളുടെ ജന്മസ്ഥലം ഏതെന്നും മറ്റും പ്രവചിക്കുവാൻ കഴിയുമെന്ന് അദ്ദേഹം തെളിയിച്ചു.

ഒരു കാലത്ത് ഡോ. ബെല്ലിന്റെ സഹായിയായി പ്രവർത്തിച്ചിരുന്ന കോനൻ ഡോയിൽ തന്റെ *ഓർമ്മകളും സാഹസികതകളും* (Memories and Adventures) എന്ന കൃതിയിൽ ഇപ്രകാരം രേഖപ്പെടുത്തിയിട്ടുണ്ട്.

> അദ്ദേഹത്തിന്റെ പ്രവർത്തന രീതികൾ പഠിക്കാൻ ഞാൻ ശ്രമിച്ചിട്ടുണ്ട്. ദ്രുതഗതിയിലുള്ള ഏതാനും നോട്ടങ്ങൾകൊണ്ട് രോഗിയുടെ പല വിവരങ്ങളും ശേഖരിക്കാനുമുള്ള അദ്ദേഹത്തിന്റെ കഴിവിന് ഞാൻ പലപ്പോഴും സാക്ഷ്യം വഹിച്ചിട്ടുണ്ട്. അനവധി ചോദ്യങ്ങളിൽക്കൂടി ഞാൻ രോഗിയിൽനിന്നും ശേഖരിക്കുന്നതിനേക്കാൾ കൂടുതൽ വിവരങ്ങൾ ഏതാനും നോട്ടങ്ങൾകൊണ്ട് അദ്ദേഹത്തിന് ശേഖരിക്കുവാൻ കഴിഞ്ഞിരുന്നു.

തന്റെ പഴയ ഗുരുവിനോടുള്ള കടപ്പാട് തുറന്നു പറഞ്ഞുകൊണ്ട് കോനൻ ഡോയിൽ എഴുതുന്നു:

> ഒരു റെഡ് ഇന്ത്യാക്കാരന്റെ മുഖഭാവത്തോടെ അദ്ദേഹം തന്റെ സ്വീകരണമുറിയിൽ ഇരിക്കും. രോഗികൾ മുറിയിലേക്ക് പ്രവേശിക്കുമ്പോൾ അവർ വായ് തുറക്കുന്നതിനു മുമ്പെ, അദ്ദേഹം രോഗനിർണ്ണയം നടത്തിക്കഴിഞ്ഞിരിക്കും. അവരുടെ ഭൂതകാലത്തിലെ പല വിശദാംശങ്ങളും അദ്ദേഹംതന്നെ പറയും. അദ്ദേഹത്തിന് ഒരിക്കൽപ്പോലും തെറ്റുപറ്റിയിട്ടുമില്ല.

ഒരിക്കൽ കോനൻ ഡോയിൽ ഡോ. ബെല്ലിന് ഇപ്രകാരം എഴുതി: ‘എന്റെ പ്രിയപ്പെട്ട ഡോ. ബെൽ’ ഷെർലക് ഹോംസിന് ഞാൻ അങ്ങയോടാണ് കടപ്പെട്ടിരിക്കുന്നതെന്നതിന് യാതൊരു സംശയവുമില്ല.’ തന്റെ ആത്മകഥയിൽ, കുറ്റാന്വേഷണ വിദഗ്ദ്ധനായ ഹോംസ് എന്ന കഥാപാത്രത്തിന് രൂപംനല്കുന്നതിനെക്കുറിച്ച് പറയുന്നിടത്ത് അദ്ദേഹം ഇപ്രകാരം എഴുതി:

> ഞാൻ എന്റെ പഴയ ഗുരുവായ ജോസഫ് ബെല്ലിനെക്കുറിച്ചോർത്തു: പരുന്തിന്റേതു പോലെയുള്ളതായിരുന്നു അദ്ദേഹത്തിന്റെ നിരീക്ഷണപാടവം. അദ്ദേഹം ഒരു കുറ്റാന്വേഷണ വിദഗ്ദ്ധനായിരുന്നെങ്കിൽ, രസകരവും എന്നാൽ ക്രമരഹിതവുമായ ആ തൊഴിലിനെ വളരെ കൃത്യമായ ഒരു ശാസ്ത്രമായി അദ്ദേഹം മാറ്റുമായിരുന്നു. ആ ആശയം എന്നെ വളരെ പ്രചോദിപ്പിച്ചു. അപസർപ്പ കഥകളെഴുതാൻ തീരുമാനിച്ചതങ്ങനെയാണ്. നോവലിലെ പ്രധാന കഥാപാത്രത്തിന് എന്തു പേര് നല്കണം എന്ന് ഞാൻ ആലോചിച്ചു. ആദ്യം ഷെറിങ്ഫോർഡ് ഹോംസ് എന്ന് പേരിട്ടു; പിന്നീടത് ഷെർലക് ഹോംസ് എന്നാക്കി. ഡോ. ബെല്ലിന്റെ മാതൃകയിലാണ് ഹോംസിന് രൂപംനല്കിയത്.

ഈ വിവരം പരസ്യമായപ്പോൾ, ആദ്യം ഡോ. ബെൽ ഞെട്ടിപ്പോയി. എങ്കിലും, പിന്നീട്, ബേയ്ക്കർ തെരുവിലെ അപസർപ്പകവീരന് മാതൃക താനാണെന്നറിഞ്ഞപ്പോൾ അദ്ദേഹത്തിന് രഹസ്യമായി സന്തോഷവും

അഭിമാനവും തോന്നിയെന്ന് ഇർവിങ് വാലസ് തന്റെ *ദി ഫാബുലസ് ഒറിജിനൽസ്* (The Fabulous Originals) എന്ന കൃതിയിൽ സമർത്ഥിച്ചിരിക്കുന്നു. എന്നു മാത്രമല്ല, ഹോംസിന്റെ പിന്നീടുള്ള ചില സാഹസങ്ങൾക്ക് പ്രയോജനപ്പെടുത്താവുന്ന പല നിർദ്ദേശങ്ങളും അദ്ദേഹം ഡോയിലിന് നല്കുകയുമുണ്ടായി. ഷെർലക് ഹോംസ് നായകനായിട്ടുള്ള കൃതിയിൽ ഒരെണ്ണത്തിന് ഡോ. ബെൽ ഒരു മുഖവുര എഴുതുകയും ചെയ്തു. അതിൽ, വിശദാംശങ്ങൾ മനസ്സിലാക്കേണ്ടതിന്റെ ആവശ്യകത അദ്ദേഹം ഊന്നിപ്പറയുകയും, ഒരു രോഗത്തിന്റേയോ ക്ഷതത്തിന്റേയോ എല്ലാ സവിശേഷതകളും മനസ്സിലാക്കണമെന്ന് ഓർമ്മിപ്പിക്കുകയും ചെയ്യുന്നുണ്ട്.

ഒരു സന്ദർഭത്തിൽ, കോനൻ ഡോയിലിനെക്കുറിച്ചും അദ്ദേഹത്തിന്റെ സാഹിത്യസൃഷ്ടികളെക്കുറിച്ചും ഡോ. ബെല്ലിനോട് ചില ചോദ്യങ്ങൾ ചോദിച്ചപ്പോൾ അദ്ദേഹം ഇപ്രകാരം മറുപടി പറഞ്ഞു.

> എന്റെ എക്കാലത്തെയും ഏറ്റവും നല്ല വിദ്യാർത്ഥികളിൽ ഒരാളായി ഞാൻ ഡോയിലിനെ കണക്കാക്കുന്നു. രോഗനിർണ്ണയവുമായി ബന്ധപ്പെട്ട ഏതു കാര്യത്തിലും അദ്ദേഹം അതീവ തല്പരനായിരുന്നു. അതിനുവേണ്ടി, ചെറിയ ചെറിയ വിശദാംശങ്ങൾ കണ്ടെത്താനായി എത്ര വേണമെങ്കിലും മെനക്കെടുവാൻ അദ്ദേഹം തയ്യാറായിരുന്നു.

ബെൽ തുടർന്നു പറയുന്നു:

> എന്റെ സുഹൃത്തായ ഡോയിലിന്റെ കഥകളെക്കുറിച്ചും ഇതു തന്നെയാണ് എനിക്ക് പറയാനുള്ളത്. പൊതുജനഹൃദയങ്ങളിൽ സൂക്ഷ്മതയോടെ കാര്യങ്ങൾ നിരീക്ഷിക്കുവാനുള്ള ഒരു പുതിയ താല്പര്യത്തിന്റെ വിത്തുപാകുവാൻ അദ്ദേഹത്തിന് കഴിഞ്ഞു എന്ന് ഞാൻ വിശ്വസിക്കുന്നു. കണ്ണുകൾ വേണ്ടവണ്ണം തുറന്നുവച്ചാൽ, ജീവിതത്തിൽ വളരെയധികം കാണാനുണ്ടാകുമെന്ന് അവ നമ്മളെ ഓർമ്മിപ്പിക്കുന്നു.

ഒരു ഭിഷഗ്വരനെ സംബന്ധിച്ച് നിരീക്ഷണം അന്തർജ്ഞാനം കാര്യകാരണ ചിന്താരീതി എന്നിവ രോഗനിർണ്ണയത്തിൽ എത്രമാത്രം പ്രധാനമാണെന്ന് ഡോ. ബെൽ തന്റെ വിദ്യാർത്ഥികളോട് ഊന്നിപ്പറയാറുണ്ടായിരുന്നു. ഈ ഗുണങ്ങളാണ് കോനൻ ഡോയിൽ തന്റെ സൃഷ്ടിയായ ഷെർലക് ഹോംസിൽ മൂർത്തിമത്താക്കിയത്.

ചുകപ്പിൽ ഒരു പഠനം (The Study in Scarlet) എന്ന കോനൻ ഡോയിലിന്റെ ആദ്യത്തെ നോവലിൽ ഷെർലക് ഹോംസ് എഴുതിയ 'ജീവിത ഗ്രന്ഥ'മെന്ന ലേഖനം ഹോംസിന്റെ സുഹൃത്ത് ഡോ. വാട്സൺ വായിക്കുന്ന ഒരു ഭാഗമുണ്ട്. ഹോംസിന്റെ ജീവിത തത്ത്വശാസ്ത്രം വിശദീകരിക്കുന്ന ആ ലേഖനത്തിൽ ഇങ്ങനെ പറയുന്നു:

ഒരു തുള്ളി വെള്ളത്തിൽനിന്ന് അത്‌ലാന്റിക് സമുദ്രമോ നയാഗ്രാ വെള്ളച്ചാട്ടമോ കാണാതെ അതിന്റെ അസ്തിത്വം ഒരു തർക്കശാസ്ത്രകാരന് ഊഹിക്കാൻ കഴിയും. അതുപോലെ എല്ലാ ജീവനും ഒരു വലിയ ചങ്ങലയുടെ കണ്ണികളാണെന്നും അതിലെ ഒരു കണ്ണി കണ്ടെത്തിയാൽ അതിന്റെ ആകെ പ്രകൃതമെന്തെന്നും മനസ്സിലാക്കാം. മറ്റു കലകളെപ്പോലെ നിഗമനശാസ്ത്രവും വിശകലനവും ദീർഘനാളത്തെ ക്ഷമാപൂർവ്വമായ പഠനംകൊണ്ടേ സ്വായത്തമാക്കാനൊക്കൂ. അതിൽ ഔന്നത്യം പ്രാപിക്കാൻ ഒരു പുരുഷായുസ്സുതന്നെ പോരാതെവരാം. വളരെ വിഷമംപിടിച്ച വശങ്ങളിലേക്കു കടക്കുന്നതിനു മുമ്പ് അന്വേഷണകുതുകി വളരെ പ്രാഥമികമായ ചില പ്രശ്നങ്ങൾ വിജയപൂർവ്വം കൈകാര്യം ചെയ്തു തുടങ്ങേണ്ടതാണ്. ഒരു മനുഷ്യനെ കാണുമ്പോൾ അയാളുടെ ചരിത്രമെന്തെന്നും കച്ചവടം അല്ലെങ്കിൽ ജോലി എന്തെന്നും ഒറ്റനോട്ടത്തിൽ തിരിച്ചറിയാൻ അയാൾ പഠിക്കട്ടെ. അത്തരമൊരു പഠനം നിസ്സാരമായിത്തോന്നിയേക്കാം. പക്ഷേ, അത് നിരീക്ഷണപാടവത്തിന് മാറ്റുകൂട്ടുകയും എന്തു നോക്കണമെന്നും എങ്ങനെ നോക്കണമെന്നും പഠിപ്പിക്കുകയും ചെയ്യും. ഒരാളുടെ നഖങ്ങൾ, കോട്ടിന്റെ കൈ, ബൂട്സ്, ട്രൗസർ, ചൂണ്ടുവിരലിന്റെയും പെരുവിരലിന്റെയും പരുപരുപ്പുഭാവം, കുപ്പായക്കൈയുടെ ഹുക്കുകൾ എന്നിവയിൽനിന്നെല്ലാം അയാളുടെ ജോലി എന്തെന്ന് വെളിപ്പെടുന്നതാണ്. ഏതെങ്കിലും കാര്യത്തിൽ എല്ലാം യോജിച്ചു കണ്ടാൽ കഴിവുറ്റ ഒരന്വേഷണകുതുകി പരാജയപ്പെടുകയില്ലെന്ന് തീർച്ചയാണ്.

കുറ്റാന്വേഷണത്തിൽ ഷെർലക്ഹോംസ് ഉപയോഗിച്ച രീതികൾ രോഗ നിർണ്ണയത്തിൽ ഭിഷഗ്വരന്മാർ ഉപയോഗിക്കുന്നവതന്നെയാണ്. അവയിൽ താഴെപ്പറയുന്ന മാർഗ്ഗങ്ങൾ ഉൾപ്പെടുന്നു.

1. പഞ്ചേന്ദ്രിയങ്ങൾ ഉപയോഗിച്ചുള്ള സൂക്ഷ്മനിരീക്ഷണത്തിനും അന്തർജ്ഞാനത്തിനും കാര്യകാരണ ചിന്താരീതിക്കും നല്കുന്ന പ്രാധാന്യം: 'നർത്തകന്മാരുടെ സാഹസകൃത്യങ്ങൾ' (The Adventure of Dancing Men) എന്ന കഥയിൽ ഇൻസ്പെക്ടർമാർ ഷെർലക്ഹോംസിനോട് ചോദിക്കുന്നു. "അത് നിങ്ങൾ എങ്ങനെ കണ്ടെത്തി?" ജനാലയുടെ കതകിലെ വെടിയുണ്ടയുണ്ടാക്കിയ ദ്വാരത്തെക്കുറിച്ചാണ് ഇൻസ്പെക്ടർ ചോദിച്ചത്. അതിന് ഹോംസിന്റെ മറുപടി. "അത് ഞാൻ കണ്ടെത്താൻ ശ്രമിച്ചതുകൊണ്ട്" എന്നാണ്. ഏതാണ്ട് ഇത്തരം ഒരു സംഭാഷണം ഒരു വൈദ്യവിദ്യാർത്ഥിയും അയാളുടെ അദ്ധ്യാപകനും തമ്മിലും ഉണ്ടാകാവുന്നതാണ്. *ചുകപ്പിൽ ഒരു പഠനം* (A Study in Scarlet) എന്ന നോവ

ലിൽ ഹോംസ് പറയുന്നു, 'എല്ലാ തെളിവുകളും ലഭിക്കാതെ സിദ്ധാന്ത ങ്ങൾ രൂപവല്ക്കരിക്കാൻ തുടങ്ങുന്നത് മഹാ അബദ്ധമാണ്.'

2. വിശദാംശങ്ങൾ ശ്രദ്ധിക്കാനും പൊരുത്തക്കേടുകൾ കണ്ടുപിടി ക്കാനും കാട്ടുന്ന ജാഗ്രത: ഇതിന് നല്ല ഒരു ഉദാഹരണം *രജതകാന്തി* (The Adventure of Silver Blaze) എന്ന കഥയിൽ കാണാം. ഇവിടെ വിഷമ പ്രശ്നത്തിന്റെ പരിഹാരം 'പട്ടിയുടെ നിശ്ശബ്ദത'യിലാണ് – വളരെ പ്രധാനപ്പെട്ട ഒരു വിശദാംശം. അതേ സമയം ഒരു പൊരുത്തക്കേടും. *നാവിക ഉടമ്പടി* (The Naval Treaty) എന്ന കഥയിൽ കുഴയ്ക്കുന്ന ഒരു പൊരുത്തക്കേടുണ്ട്. വിലപ്പെട്ട പ്രമാണങ്ങൾ മോഷ്ടിക്കുന്നതിന് മുമ്പ് കള്ളൻ തന്നെ ഒരു മണിയടിച്ച് തന്റെ സാന്നിദ്ധ്യത്തിലേക്ക് മറ്റുള്ളവ രുടെ ശ്രദ്ധയാകർഷിക്കുന്നതായി തോന്നിക്കുന്നു. 'അയാൾ എന്തിന് മണി യടിക്കണം?' എന്നാണ് കുറ്റവാളിയെ അന്വേഷിക്കുന്ന ഹോംസ് സ്വയം ചോദിച്ചത്. *ബാസ്കർവിൽസിലെ വേട്ടനായ്* (The Hound of Basker Wills) എന്ന നോവലിൽ, ഇതുപോലൊരു പൊരുത്തക്കേട് ഹോംസ് കണ്ടുപിടിക്കുന്ന രംഗമുണ്ട്. സർ ഹെൻറി ബാസ്കർവില്ലിന്റെ ഒരുജോടി പാദരക്ഷകളിൽ ഒരെണ്ണം മാത്രം ഒരു കള്ളൻ മോഷ്ടിക്കുന്നു. അതിൽ നിന്നും ഹോംസിന് ഒരു കാര്യം വ്യക്തമായി: കാണാതായ പാദരക്ഷ നായയെക്കൊണ്ട് മണപ്പിച്ചിട്ട് അതിനെ സാർ ഹെൻറിയെ ആക്രമിക്കുവാൻ പ്രേരിപ്പിക്കുകയായിരുന്നു കള്ളന്റെ ഉദ്ദേശ്യം.

3. പ്രശ്നപരിഹാരത്തിനുവേണ്ടി വിവിധ മാർഗ്ഗങ്ങൾക്കു നല്കുന്ന പരിഗണന: *കറുമ്പൻ പീറ്റർ* (The Adventure of Black Peter) എന്ന നിലയിൽ സ്റ്റാൻലി ഹോംപ്കിൻസ് എന്ന യുവ പൊലീസ് ഇൻസ്പെ ക്ടർ പീറ്റർ ക്യാരിയുടെ യഥാർത്ഥ കൊലപാതകിയായ പാട്രിക് കെയർസൺസിനു പകരം നിരപരാധിയായ ജോൺ ഹോപ്ലിനെ അറസ്റ്റു ചെയ്യുന്നു. ഹോപ്കിൻസിന് പറ്റിയ തെറ്റു ചൂണ്ടിക്കാണിച്ചിട്ട് ഹോംസ് അദ്ദേഹത്തെ ഉപദേശിക്കുന്നു.

> ബദൽ മാർഗ്ഗങ്ങളുണ്ടോ എന്നാരായുക എന്നത് കുറ്റാന്വേഷണ ത്തിലെ പ്രാഥമിക തത്ത്വങ്ങളിലൊന്നാണ്. നമ്മളെല്ലാം അനുഭവ ങ്ങളിലൂടെയല്ലേ കാര്യങ്ങൾ മനസ്സിലാക്കുന്നത്. ഈ അനുഭവ ത്തിൽനിന്നു താങ്കൾ പഠിക്കേണ്ട പാഠമിതാണ്. കുറ്റകൃത്യം നട ന്നത് താങ്കൾ കരുതിയ മട്ടിലാണോ അതോ മറ്റേതെങ്കിലും മട്ടി ലായിരിക്കുമോ എന്ന് ചിന്തിക്കണം. ആ യുവാവിനെ കൈയിൽ കിട്ടിയതോടെ, താങ്കൾ പീറ്റർ ക്യാരിയുടെ യഥാർത്ഥ ഘാതകനായ പാലിക്കിനെ മറന്നു. ശരിയായ രോഗനിർണ്ണയം നടത്തുവാൻ ശ്രമി ക്കുന്ന ഭിഷഗ്വരന്മാരും മറ്റ് രോഗസാദ്ധ്യതകളുടെ കാര്യം കൂടി പരി ഗണിക്കേണ്ടതാണ്.

4. പ്രധാനമേത് അപ്രധാനമേത് എന്നു വേർതിരിച്ചറിയാനുള്ള വിവേകം: ഒരു നല്ല ഭിഷഗ്വരന് വൈദ്യശാസ്ത്രപരമായി പ്രാധാന്യമർഹിക്കുന്ന ലക്ഷണങ്ങൾ തിരിച്ചറിയുവാൻ കഴിവുണ്ടായിരിക്കും; അപ്രസക്തമായ കണ്ടെത്തലുകൾ അദ്ദേഹത്തെ വഴിതെറ്റിക്കാൻ ഇടയാവുകയില്ല. *റെയിഗെയ്റ്റ് സ്ക്വയേഴ്സ്* (Reigate Squires) എന്ന കഥയിൽ ഹോംസ് പ്രഖ്യാപിക്കുന്നു.

> കുറ്റാന്വേഷണകലയിൽ ഏറ്റവും പ്രധാനമായ ഒരു കാര്യം, പല വസ്തുതകൾ മുമ്പിലുള്ളപ്പോൾ അവയിൽ പ്രധാനവും പ്രസക്തവുമേത്, അപ്രസക്തമേത് എന്ന് തിരിച്ചറിയാനുള്ള കഴിവാണ്. അല്ലാത്തപക്ഷം, നമ്മുടെ ഊർജ്ജവും ശ്രദ്ധയും വേണ്ടിടത്ത് കേന്ദ്രീകരിക്കുന്നതിനു പകരം പാഴായിപ്പോകുകയേയുള്ളൂ.

അദ്ദേഹത്തിന്റെ വളരെ പ്രശസ്തമായ ഒരു മൊഴി *നാൽവർ ചിഹ്നം* (The Sign of Four) എന്ന കഥയിലുണ്ട്.

> അസാദ്ധ്യമായതിനെ ഒഴിവാക്കിക്കഴിഞ്ഞാൽ പിന്നെ ശേഷിക്കുന്നത് എത്രമാത്രം അവിശ്വസനീയമാണെന്ന് തോന്നിയാലും സത്യം അതായിരിക്കും.

ചുകപ്പിൽ ഒരു പഠനത്തിൽ (The Study in Scarlet) കൊലപാതകം നടന്ന സ്ഥലത്തേക്ക് പോകവേ മറ്റു വിഷയങ്ങളെ സംബന്ധിച്ചു സംസാരിച്ചുകൊണ്ടിരിക്കുന്ന ഷെർലക് ഹോംസിന്റെ ശ്രദ്ധ കേസിലേക്ക് കൊണ്ടുവരാൻ വാട്സൺ ശ്രമിച്ചപ്പോൾ ഹോംസ് ഇങ്ങനെ പ്രതികരിക്കുന്നു:

"ഇതുവരെ വസ്തുതകളൊന്നും അറിഞ്ഞിട്ടില്ല. തെളിവു മുഴുവൻ കിട്ടുന്നതിനു മുമ്പ് ഒരു സിദ്ധാന്തത്തിലെത്തിച്ചേരുന്നത് ഭീമാബദ്ധമാണ്. അത് വിധിയെ പക്ഷപാതപരമായി സ്വാധീനിക്കും."

ഡോ. ബെല്ലിന്റെ കാര്യകാരണാധിഷ്ഠിതമായ ചിന്താരീതി കൂടാതെ, ഷെർലക്ഹോംസ് കഥകളിൽ വൈദ്യശാസ്ത്ര സംബന്ധമായ ധാരാളം പരാമർശങ്ങളും ഉണ്ട്. ഈ കഥകളിലുള്ള അവയുടെ വ്യാപ്തിയും വൈവിദ്ധ്യവും ഭിഷഗ്വരന്മാരുടെപ്പോലും ശ്രദ്ധയിൽപ്പെടാതെ പോയിട്ടുണ്ട്. ഹോംസ് ഉൾപ്പെടുന്ന 60 കഥകളിൽ 68 രോഗങ്ങളെപ്പറ്റിയും 32 വൈദ്യശാസ്ത്രസംജ്ഞകളെപ്പറ്റിയും 38 ഡോക്ടർമാരെപ്പറ്റിയും 22 മരുന്നുകളെപ്പറ്റിയും 3 വൈദ്യശാസ്ത്ര മാസികകളെപ്പറ്റിയും 6 ആശുപത്രികളെപ്പറ്റിയും പരാമർശങ്ങളുണ്ട്. കോനൻ ഡോയിലിന്റെ കൃതികളിലെ കഥാപാത്രങ്ങളിൽ പലരെയും അദ്ദേഹം സൃഷ്ടിച്ചിരിക്കുന്നത് മെഡിക്കൽ സ്കൂൾ പ്രൊഫസർമാരെയും തന്റെ സുഹൃത്തുക്കളെയും മാതൃകയാക്കിയാണ്. കൃതികളിലെ രോഗികളിൽ 42 പേർ അദ്ദേഹത്തിന്റെ യഥാർത്ഥ രോഗികളിൽപ്പെട്ടവരാണ്. അവരിൽ 32 പേരുടെ രോഗങ്ങളും അദ്ദേഹം ചികിത്സിച്ചു

ഭേദപ്പെടുത്തിയതാണ്. അദ്ദേഹത്തിന്റെ യഥാർത്ഥ രോഗികളിൽ പലരും ഹോംസ് കഥകളിൽ കഥാപാത്രങ്ങളാണ്. ഇക്കാരണങ്ങളാൽ ഡോയിലിന്റെ സാഹിത്യകൃതികളിൽ വിശ്വസനീയമായ യാഥാർത്ഥ്യബോധം നിറഞ്ഞുനില്ക്കുന്നു.

മറ്റൊരു രസകരമായ കാര്യം, ഷെർലക് ഹോംസ് കഥകളിൽ നാഡീവ്യൂഹ സംബന്ധമായ രോഗങ്ങൾക്കാണ് മറ്റ് അവയവങ്ങളെ ബാധിക്കുന്ന രോഗങ്ങളേക്കാൾ പ്രാധാന്യം നല്കിയിരിക്കുന്നത് എന്നതാണ്. ബുദ്ധിയും അതിന്റെ മാന്ദ്യവും (ഡിമെൻഷ്യ) പല കഥകളിലും പ്രത്യക്ഷപ്പെടുന്നുണ്ട്. *കോപ്പർ ബീച്ചസിലെ സാഹസകൃത്യം* (The Adventure of Copper Beches) എന്ന കഥയിൽ എഡ്വേർഡ് റുകാസിലി (Edward Rucastle) നെപ്പറ്റി മിസ് വയലറ്റ് ഹണ്ടർ ഇപ്രകാരം പറയുന്നു: പ്രായത്തിനനുസരിച്ച് അയാൾക്ക് വലിപ്പമില്ലെങ്കിലും ശരീരവുമായി പൊരുത്തപ്പെടാത്ത വണ്ണവും വലിപ്പവുമുള്ള തലയാണ് അയാൾക്കുള്ളത്. ഒരുപക്ഷേ, ആ കുട്ടി ഒരു ഹൈഡ്രോസെഫാലസ് (Hydrocephalus)* രോഗിയായിരിക്കാം.

മോഹാലസ്യങ്ങളെപ്പറ്റി പല സന്ദർഭങ്ങളിലും പ്രതിപാദിക്കുന്നുണ്ട്. *ചുകപ്പിൽ ഒരു പഠനം* (A Study in Scarlet) എന്ന കഥയിൽ ജെഫെഴ്സൺ ഹോപ് രക്ഷപ്പെടാൻ പാടുപെടുന്നതിനെ അപസ്മാര ബാധയാൽ പിടയ്ക്കുന്ന ഒരുവന്റെ ബലം അയാൾക്കുണ്ടായിരുന്നതായി തോന്നി എന്നാണ് വർണ്ണിച്ചിരിക്കുന്നത്.

പുള്ളിത്തലക്കെട്ട് (The Adventures of the Speckled Band) എന്ന കഥയിലെ ജൂലിയ സ്റ്റോനെറിനെക്കുറിച്ച് പറയുന്നത് പാമ്പുവിഷം നിമിത്തം അവർക്ക് കടുത്ത മോഹാലസ്യമുണ്ടായി എന്നാണ്. *നാവിക ഉടമ്പടി (The Naval Treaty)* യിലെ പെഴ്സി ഫെൽപ്സിന് ബോധക്ഷയം ഉണ്ടാകുന്നതായും പിന്നീടത് മസ്തിഷ്ക ജ്വരമായി മാറുന്നതായും പറയുന്നുണ്ട്. *The Resident Patient* എന്ന കഥയിൽ കാറ്റലെപ്സി (Catalepsy) (സമാധിമട്ടിലുള്ള അബോധാവസ്ഥ) എന്ന രോഗത്തെക്കുറിച്ച് പരാമർശം ഉണ്ട്. *ഗ്രീക്ക് ദ്വിഭാഷി* (The Greek Interpreter) എന്ന കഥയിലെ വിൽസൺ കെന്റിനെക്കുറിച്ച് പറയുന്നത് സെന്റ് വൈറ്റസ് ഡാൻസ് (St. vitus Dance) രോഗമുള്ള ഒരുത്തനെപ്പോലെ അയാളുടെ ചുണ്ടുകളും കൺപോളകളും ഇടയ്ക്കിടയ്ക്ക് ഞരമ്പു കൊളുത്തൽമൂലം പിടയുന്നുണ്ടായിരുന്നു എന്നാണ്.

> ഗ്ലോറിയ സ്കോട്ട് (Gloria Scott) എന്ന കഥയിൽ, വിക്ടർ ട്രെവർ തന്റെ പിതാവിന്റെ മരണം വളരെ വിശദമായി വർണ്ണിക്കുന്നുണ്ട്. ഫോർഡിങ് ബ്രിഡ്ജ് പോസ്റ്റോഫീസിന്റെ മുദ്രയുള്ള ഒരു കത്ത് ഇന്നലെ വൈകുന്നേരം അച്ഛന് ലഭിച്ചു. ആ കത്തു വായിച്ചയുടൻ

* തലച്ചോറിലെ പൊള്ളയായ ഭാഗങ്ങളിൽ ദ്രാവകം നിറയുന്നതു നിമിത്തമുണ്ടാകുന്ന മസ്തിഷ്കപ്പെരുപ്പമാണ് ഹൈഡ്രോസെഫാലസ്.

> അച്ഛൻ കൈകൊണ്ട് തലയ്ക്കടിച്ചു. ഞാനദ്ദേഹത്തെ ബലമായി പിടിച്ച് സോഫയിൽ കിടത്തിയപ്പോൾ കണ്ടത് അച്ഛന്റെ വായും ചുണ്ടും കൺപോളകളും ഒരു വശത്തേക്ക് കോടിയിരിക്കുന്നതാണ്. ഉടൻതന്നെ അച്ഛനെ കിടക്കയിലേക്ക് മാറ്റി. പക്ഷേ, തളർച്ച മറ്റു ഭാഗങ്ങളിലേക്കും ബാധിച്ചു. സ്വബോധം തിരിച്ചുകിട്ടുന്ന യാതൊരു ലക്ഷണവും കണ്ടില്ല. അദ്ദേഹത്തെ ജീവനോടെ കാണാൻ കഴിയുമെന്നു തോന്നുന്നില്ല.

മകൻ ഭയപ്പെട്ടതുപോലെ സീനിയർ ട്രെവർ ഏതാനും മണിക്കൂറുകൾക്കകം മരണമടഞ്ഞു. തന്റെ മുൻകാല കുറ്റകൃത്യങ്ങൾ വെളിപ്പെടുത്തുവാൻ ശത്രുവായ ഹഡ്സൺ ശ്രമിക്കുന്നുവെന്ന മുന്നറിയിപ്പാണ് കത്തിലൂടെ സുഹൃത്തായ ബെഡ്സോസ് ട്രെവറെ അറിയിച്ചത്. ഈ വിവരം സൃഷ്ടിച്ച മാനസിക പിരിമുറുക്കം മൂലമുണ്ടായ മസ്തിഷ്ക രക്തസ്രാവം (Cerebral Haemorrhage) മൂലമായിരിക്കണം അദ്ദേഹം മരിച്ചത്.

ചെകുത്താന്റെ കാലടികൾ (The Adventure of the Devils Foot) എന്ന കഥയിൽ തിരിച്ചറിയാൻ കഴിയാത്ത ഒരു വിഷവസ്തു രണ്ടുപേരുടെ മരണത്തിനും മറ്റു പലരുടെയും ഭ്രാന്തിനും കാരണമാവുന്നുണ്ട്. ഈ വിഷം പരീക്ഷണാർത്ഥം ഹോംസും വാട്സണും ശ്വസിച്ചുനോക്കുന്നുണ്ട്. വാട്സൺ തനിക്കുണ്ടായ അനുഭവം ഇങ്ങനെ വിവരിക്കുന്നു.

> ആ വിഷവാതകത്തിന്റെ ആദ്യശ്വസനംകൊണ്ടുതന്നെ ഓർമ്മശക്തിയും വിവേചനബോധവും എന്റെ നിയന്ത്രണത്തിൽനിന്നും വിട്ടുപോയി. ഒരു കനത്ത കാർമേഘം എന്റെ കാഴ്ചശക്തിയെ മറയ്ക്കുന്നതായും എന്റെ അവ്യക്തമായ ബോധതലത്തിൽ ഭയങ്കരവും ഭീമാകാരവും അവിശ്വസനീയവുമായ വികൃതരൂപങ്ങൾ മിന്നിമറയുന്നതായും എനിക്കു തോന്നി. കനത്ത കാർമേഘപാളികൾക്കു മദ്ധ്യേ നഗ്നനൃത്തം വയ്ക്കുകയും കങ്കാളകേളികളാടുകയും ചെയ്തിരുന്ന ആ വികൃതരൂപങ്ങൾ വരാനിരിക്കുന്ന ഏതോ ആപത്തിന്റെ മുന്നോടികളായി അനുഭവപ്പെട്ടു. സ്വന്തം നിഴൽകൊണ്ട് ഒറ്റയടിക്ക് എന്റെ ജീവൻ തവിടുപൊടിയാക്കാൻ പോരുന്ന അമാനുഷികശക്തിയും വലിപ്പവുമുള്ള ഏതോ ദുർഭൂതങ്ങൾ ക്രൂര ദംഷ്ട്രകൾ ഇളിച്ചുകാട്ടിക്കൊണ്ട് പൂമുഖത്തുലാത്തുന്നതായി ഞാൻ കണ്ടു. ഞാൻ ഭയവിഹ്വലനായിപ്പോയി. എന്റെ ശരീരവും മനസ്സും മരവിച്ചു. നിമിഷത്തിനുള്ളിൽ പൊട്ടിത്തകർന്ന് തരിപ്പണമാകാൻ പോകുന്ന പ്രതീതിയാർന്ന എന്റെ തലച്ചോറിനുള്ളിൽ ആ സമയത്ത് നൈരാശ്യം തളംകെട്ടിനിന്ന ആ കാർമേഘമറയ്ക്കുള്ളിൽ കൂടി എന്റെ ആത്മസുഹൃത്തിന്റെ വെളുത്തു വിളറി ഭയവിഹ്വലമായ മുഖത്തിന്റെ ഏകദേശ ദർശനവും എനിക്കുണ്ടായി. ഒറ്റനോട്ട

> ത്തിൽ മരിച്ച രണ്ടുപേരുടെ മുഖത്തു കാണപ്പെട്ട അതേ ഭാവവൈകൃതങ്ങൾ തന്നെ.

ടോക്സിക് എൻസെഫലോപ്പതി എന്ന (Toxic encephalopathy) മസ്തിഷ്ക രോഗം ബാധിച്ച ഒരു രോഗിയുടെ വ്യക്തിനിഷ്ഠമായ അനുഭവങ്ങളുടെ അത്യധികം യഥാർത്ഥമായ ഒരു വർണ്ണനയാണിത്.

കുറ്റകൃത്യങ്ങൾ തെളിയിക്കുന്നതിനുള്ള ശ്രമത്തിനിടയിൽ പല രോഗങ്ങൾക്കും വിധേയനായതായി ഷെർലക്ഹോംസ് അതിസമർത്ഥമായി അഭിനയിച്ചു കാട്ടാറുണ്ട്. മിക്കപ്പോഴും ഇവയെല്ലാം നാഡീവ്യൂഹവുമായി ബന്ധപ്പെട്ട രോഗങ്ങളായിരിക്കും.

റീഗേറ്റ് സ്ക്വയർ (The Regate Square) എന്ന കഥയിൽ ഇൻസ്പെക്ടർ ഫോസ്റ്റർ താനറിയാതെ വെളിപ്പെടുത്താൻ തുടങ്ങിയ ഒരു തെളിവു വിവരം അറിയുന്നതിൽനിന്ന് കുറ്റവാളികളായ കണ്ണിങ്ഹാമിന്റെയും മകന്റെയും ശ്രദ്ധ തിരിച്ചുവിടുന്നതിനായി ഷെർലക്ഹോംസ് അപസ്മാര രോഗിയായി അഭിനയിക്കുന്ന ഒരു രംഗം ഉണ്ട്.

> ദൈവമേ! മി. ഹോംസ് എന്താ എന്താ കാര്യം? എല്ലാവരുടെയും ശ്രദ്ധ പെട്ടെന്ന് ഹോംസിലേക്ക് തിരിഞ്ഞു. ഹോംസിന്റെ മുഖം ഏറ്റവും ഭീതിജനകമായ ഭാവം കൈക്കൊണ്ടിരിക്കുന്നതായി ഞങ്ങൾ കണ്ടു. അദ്ദേഹത്തിന്റെ കണ്ണിന്റെ കൃഷ്ണമണികൾ ഉരുണ്ട് മുകളിലേക്ക് മറിഞ്ഞു പൊയ്ക്കൊണ്ടിരുന്നു. മുഖത്തെയും ശരീരത്തിലെയും മാംസപേശികൾ വിറപൂണ്ടു. അടക്കിപ്പിടിച്ച ഞരങ്ങലോടെ അദ്ദേഹം ബോധരഹിതനായി മുഖംകുത്തി തറയിലേക്ക് വീണു. രോഗത്തിന്റെ പെട്ടെന്നുള്ള ആക്രമണത്തിൽ സ്തബ്ധരായ ഞങ്ങൾ അദ്ദേഹത്തെ എടുത്ത് അടുക്കളയിലേക്ക് കൊണ്ടുപോയി. അവിടെ അദ്ദേഹത്തെ കിടത്തി. മിനിട്ടുകളോളം അവിടെ കിടന്ന് അദ്ദേഹം പണിപ്പെട്ട് ശ്വാസോച്ഛ്വാസം ചെയ്തു. അവസാനം ലജ്ജയോടുകൂടിയ ക്ഷമാപണത്തോടെ അദ്ദേഹം ക്ഷീണിതനായി എണീറ്റു.

പല മസ്തിഷ്ക രോഗപരാമർശങ്ങളും ഡോയിലിന്റെ കഥകളിൽ പ്രത്യക്ഷപ്പെടുന്നതിൽ അത്ഭുതപ്പെടാനില്ല – കാരണം, മസ്തിഷ്കരോഗങ്ങളിൽ അദ്ദേഹത്തിന് അതീവ താല്പര്യമുണ്ടായിരുന്നു. അതിന് നല്ല ഒരു തെളിവ്, അദ്ദേഹത്തിന്റെ എം ഡി ബിരുദത്തിനുള്ള പ്രബന്ധം തന്നെ സിഫിലിസ് രോഗം സൃഷ്ടിക്കുന്ന മസ്തിഷ്കരോഗ സങ്കീർണ്ണതകളെക്കുറിച്ചായിരുന്നു എന്നതാണ്. ഷെർലക്ഹോംസിന് മസ്തിഷ്കത്തോട് ഒരു അസാധാരണ താല്പര്യം ഉണ്ടായിരുന്നതായി തോന്നുന്നു. *The Adventures of the Mazarin Stone* എന്ന കഥയിൽ ഷെർലക്ഹോംസ് വാട്സനോട് പറയുന്നുണ്ട്. “വാട്സൺ, ഞാൻ ഒരു മസ്തിഷ്കമാണ്, എന്റെ ശരീരത്തിന്റെ ബാക്കിയെല്ലാം അതിന്റെ അനുബന്ധവും.”

കോനൻ ഡോയിൽ ഒരു ഡോക്ടർ എന്ന നിലയിൽ നേടിയ പരിശീലനവും അനുഭവജ്ഞാനവും അദ്ദേഹത്തിന്റെ ഷെർലക്ഹോംസ് കഥകളിൽ എന്നല്ല എല്ലാ കൃതികളിലും മായാത്ത മുദ്ര പതിപ്പിച്ചിട്ടുണ്ട്. അദ്ദേഹത്തിന്റെ കഥകൾക്കുള്ള ഈ വൈദ്യശാസ്ത്രബന്ധം അവയുടെ വിജയത്തിന് ഒരു വലിയ പങ്ക് വഹിച്ചിട്ടുണ്ട്. പല കഥാപാത്രങ്ങളുടെയും വ്യക്തമായ രോഗവർണ്ണനകൾ അദ്ദേഹത്തിന്റെ കൃതികളിലുണ്ട്. വൈദ്യശാസ്ത്ര സംബന്ധിയായ വിവരണങ്ങൾ കഥയിലെ പ്രമേയാവതരണത്തെ ശക്തമാക്കിയിരിക്കുന്നു. ഹോംസിന്റെയും വാട്സന്റെയും സാഹസ പ്രവർത്തനങ്ങളുടെ വിവിധ ഘട്ടങ്ങൾ വൈദ്യശാസ്ത്രമണ്ഡലവുമായി അഭേദ്യമായി ബന്ധപ്പെട്ടിരിക്കുന്നു. ഈ പ്രശസ്ത അപസർപ്പക ജോടിയെക്കുറിച്ചും അവരുടെ സാഹസകൃത്യങ്ങളെപ്പറ്റിയും പ്രവർത്തനരീതികളെക്കുറിച്ചും വൈദ്യശാസ്ത്രബന്ധത്തെപ്പറ്റിയും വൈദ്യശാസ്ത്ര ഗ്രന്ഥങ്ങളിലും മെഡിക്കൽ ജേർണലുകളിലും ധാരാളം ലേഖനങ്ങൾ ഇപ്പോഴും പ്രസിദ്ധീകരിച്ചു വരുന്നുണ്ട്.

ഷെർലക് ഹോംസ് കഥകളിലെ മസ്തിഷ്കരോഗ പരമാർശങ്ങൾ

രോഗാവസ്ഥ	കഥയുടെ പേര്
1. മസ്തിഷ്ക ജ്വരം (Brain Fever)	1. ബാസ്കർവിൽസിലെ വേട്ടനായ് (The Hound of Baskerwilles) 2. കാർഡ്ബോർഡ് പെട്ടി (The Adventure of the Cardboard Box) 3. നാവിക ഉടമ്പടി (The Adventure of the Naval Treaty)
2. കാറ്റലെപ്സി (Catalepsy)	1. ബ്രൂക്ക്സ്ട്രീറ്റ് രഹസ്യം (The Adventure of the Resident Patient)
3. മസ്തിഷ്ക രക്തസ്രാവം (Cerebral Haemarrhage)	1. ഗ്ലോറിയ സ്കോട്ട് (The Adventure of the 'Gloria Scott') 2. ബ്രൂക്ക്സ്ട്രീറ്റ് രഹസ്യം
4. പിച്ചും പേയും പറച്ചിൽ (വിഭ്രാന്തികൾ) (Delirium)	1. ആസന്നമരണനായ കുറ്റാന്വേഷകൻ (The Adventure of the Dying Detective) 2. ബോസ്കോംബ് താഴ്വരയിലെ രഹസ്യം (The Boscombe Valley Mystery)

5. മസ്തിഷ്ക ക്ഷതം (Head Trauma)	1. ബോസ്കോംബ് താഴ്വരയിലെ രഹസ്യം 2. രജതകാന്തി- (The Adventure of Silver Blaze) 3. ഏകാകിയായ സൈക്കിൾകാരൻ (The Adventure of the Solitary Cyclist)
6. മെനിൻജൈറ്റിസ് (Meningitis)	1. ആസന്നമരണനായ കുറ്റാന്വേഷകൻ 2. ബ്രൂക്ക്സ്ട്രീറ്റ് രഹസ്യം
7. അപസ്മാരം (Seizure) 8. സെന്റ് വൈറ്റസ് ഡാൻസ് (St. Vitus Dance)	1. പുള്ളിത്തലക്കെട്ട് (The Adventure of the Speckled Band) 2. നാവിക ഉടമ്പടി 1. ഗ്രീക്ക് ദ്വിഭാഷി (The Adventure of the Greek Interpreter) 2. ദല്ലാൾ കമ്പനി ഗുമസ്തൻ (The Adventure of the Stockbroker's Client)
9. റ്റെറ്റാനസ് (Tetanus)	നാൽവർ ചിഹ്നം (The Sign of Four)
10. മസ്തിഷ്കപ്പെരുപ്പം (Hydrocephalus)	കോപ്പർ ബീച്ചസ് (The Adventure of the Copper Beeches)

4

ആലീസിന്റെ അത്ഭുതരോഗം

വൈദ്യശാസ്ത്രഗ്രന്ഥങ്ങളിൽ രോഗാവസ്ഥകളെ വിശദീകരിക്കുവാൻ സാഹിത്യകഥാപാത്രങ്ങളെ പലപ്പോഴും പരാമർശിക്കാറുണ്ട്. 'അത്ഭുതലോകത്തിലെ ആലീസ് ലോഗലക്ഷണ സമുച്ചയം' (Alice in Wonderland syndrome) എന്ന് വിശേഷിപ്പിക്കപ്പെടുന്ന മസ്തിഷ്കരോഗം ഇത്തരമൊരു പരാമർശത്തിന്റെ നല്ലൊരു ഉദാഹരണമാണ്. 'കൊടിഞ്ഞി തലവേദന' (Migraine Headache) ഉള്ള രോഗികൾക്ക് നേത്രബിംബങ്ങൾ വികൃതമായി കാണപ്പെടുന്ന മെറ്റാമോർഫോപ്സിയ (Metamorphopsia) എന്ന രോഗലക്ഷണത്തെയാണ് ആലീസ് രോഗസമുച്ചയംകൊണ്ട് ഉദ്ദേശിക്കുന്നത്.

'ആലീസ് അത്ഭുതലോകത്തിൽ' എന്ന പ്രസിദ്ധമായ പേരിലും അനുബന്ധമായി പിന്നീട് രചിച്ച കൃതികളും കൂട്ടിച്ചേർത്ത് *അത്ഭുതലോകത്തിൽ ആലീസിന്റെ സാഹസകൃത്യങ്ങൾ: ദർപ്പണത്തിൽ കൂടിയും ആലീസ് അവിടെ കണ്ടതും* എന്ന് വിസ്തരിച്ച് പേരുള്ളതുമായ കൃതിയിൽനിന്നാണ് ഈ രോഗലക്ഷണസമുച്ചയത്തിന് അതിന്റെ പേര് ലഭിച്ചത്. ലൂയി കാരൾ എന്ന തൂലികാനാമത്തിൽ സി എൽ ഡോജ്സൺ 1865 ലാണ് ഈ കൃതി പ്രസിദ്ധപ്പെടുത്തിയത്. യൂക്ലിഡിയൻ ജ്യോമെട്രിയിൽ പ്രത്യേക വൈദഗ്ദ്ധ്യം നേടിയ ഡോജ്സൺ ഓക്സ്ഫോർഡ് സർവ്വകലാശാലയിൽ ഗണിതശാസ്ത്രത്തിന്റെ പ്രൊഫസറായിരുന്നു. *ആലീസ് അത്ഭുതലോകത്തിൽ* എന്ന കൃതി ഗണിതശാസ്ത്രാടിസ്ഥാനത്തിൽ അപഗ്രഥിക്കപ്പെട്ടിട്ടുണ്ട്. വാസ്തവത്തിൽ ആ കൃതിയിലെ സംഭവങ്ങൾ യാഥാർത്ഥ്യവും സങ്കീർണ്ണവുമായ ഒരു ചതുരംഗക്കളിയോട് സാദൃശ്യം വഹിക്കുന്നു. ആലീസ്, ചുവന്ന രാജ്ഞി, വെളുത്ത യോദ്ധാവ്, നോവലിലെ മറ്റ് കഥാപാത്രങ്ങൾ എന്നിവരുടെ ചലനങ്ങളും സാഹസിക പ്രവൃത്തികളും ചതു

രംഗക്കളങ്ങളിലെ യഥാർത്ഥ നീക്കങ്ങളെ പ്രതിനിധീകരിക്കുന്നുണ്ട്.

ആ നോവലിലെ ഏറ്റവും പ്രസിദ്ധമായ ഭാഗം ആലീസിന്റെ ഉയരം കൂടുകയും കുറയുകയും ചെയ്യുന്ന രംഗമാണ്. അതിൽ ഒരു ഭാഗത്ത്, എന്നെ കുടിക്കൂ എന്നെഴുതിയിട്ടുള്ള ഒരു കുപ്പി ആലീസ് കാണുന്നതായും അവൾ അതിലെ ദ്രാവകം കുടിക്കുന്നതായും പറയുന്നുണ്ട്. തൽഫലമായി അവളുടെ ശരീരം ചുരുങ്ങുന്നു. താമസിയാതെ എന്നെ രക്ഷിക്കൂ എന്നെ ഴുതിയിട്ടുള്ള ഒരു കഷണം കേക്ക് അവൾ ഭക്ഷിക്കുകയും അതോടുകൂടി അവൾ വളരുവാൻ തുടങ്ങുകയും ചെയ്യുന്നു. കിറുക്കൻ ഹാറ്റെർ, ചെഷയർ പൂച്ച, കടലാന, താച്ചൻ മുതലായ കഥാപാത്രങ്ങളുമായുള്ള സാഹസ കൃത്യങ്ങൾ മൂലം ആലീസിന്റെ ശരീരവലിപ്പത്തിന് ഏറ്റക്കുറച്ചിലുകൾ ഉണ്ടാകുന്നു. എന്നുമാത്രമല്ല പല വസ്തുക്കളുടെയും വലിപ്പം, സ്ഥാനം, ദൂരം എന്നിവ സംബന്ധിച്ച് ആലീസിന് പല മിഥ്യാധാരണകളും ഉണ്ടാകുന്നുണ്ട്.

ചില രോഗസമുച്ചയങ്ങളിൽ വികൃതശരീര രൂപങ്ങൾ കാണുന്ന ലക്ഷണങ്ങളെപ്പറ്റി വൈദ്യശാസ്ത്രത്തിൽ പറയുന്ന കാര്യങ്ങളുമായി ഈ നോവലിലെ വിവരണങ്ങൾ പൊരുത്തപ്പെടുന്നതുകൊണ്ട്, 1955 നവംബർ 1-ാം തീയതി പ്രസിദ്ധപ്പെടുത്തിയ കനേഡിയൻ മെഡിക്കൽ അസോസിയേഷൻ ജേർണലിൽ പ്രസിദ്ധ ന്യൂറോളജിസ്റ്റായ റ്റോഡ് (Todd) ഈ രോഗലക്ഷണ സമുച്ചയത്തിന് ആ സാഹിത്യ നാമം നല്കി. റ്റോഡിന്റെ അഭിപ്രായത്തിൽ, ആലീസ് അനുഭവിച്ചത് ഹൈപെർസ്കീമാറ്റിയ (Hyperschematia - അമിതാകാരഭാവം), ഹൈപ്പോകീമാറ്റിയ (Hyposchematia- ഹ്രസ്വാകാരഭാവം) ഡീറിയലൈസേഷൻ (Derealisation- അപസാക്ഷാൽക്കാരം) ഡീപെഴ്സണലൈസേഷൻ (Depersonalisation - അപവ്യക്തിവല്ക്കരണം), സോമാറ്റൊ സൈക്കിക് ചേഞ്ചസ് (Somato - Psychic Changes - ശാരീരിക-മാനസികഭാവ മാറ്റങ്ങൾ) എന്നിവയാണ്.

ശരീരത്തെ മാറിക്കൊണ്ടിരിക്കുന്ന വികൃതരൂപങ്ങളിൽ കാണുന്ന മെറ്റാമോർഫോപ്സിയ (Metamorphosia)യുടെ ലക്ഷണങ്ങൾ കൊടിഞ്ഞി (Migraine)യുമായി ബന്ധപ്പെട്ടും കാണാറുണ്ടെന്ന് ആദ്യമായി ന്യൂറോളജിസ്റ്റായ ലിപ്മാൻ (Lippmann) ജർണൽ ഓഫ് നേർവസ് ആന്റ് മെന്റൽ ഡിസീസസിൽ (Journal of Nervous and Mental Diseases) 1952 ൽ രേഖപ്പെടുത്തുകയുണ്ടായി.

'കൊടിഞ്ഞി'യുടെ സവിശേഷതയായ ചില മതിഭ്രമങ്ങൾ (Certain Hallucinations Peculiar to Migraine) എന്ന ലേഖനത്തിൽ ഏഴ് കൊടിഞ്ഞി രോഗികളുടെ തലവേദനകൾ അദ്ദേഹം വിവരിക്കുന്നു. ശരീരത്തിന്റെ മാറിക്കൊണ്ടിരിക്കുന്ന വികൃത രൂപങ്ങളെപ്പറ്റി (Altered Body Preception) അവർ വർണ്ണിക്കുന്നു. സാധാരണ കൊടിഞ്ഞിരോഗികളിൽ ഇത്തരം ലക്ഷണങ്ങൾ കാണാറില്ല. ചില പ്രത്യേകതരം കൊടിഞ്ഞിരോഗികളിൽ മാത്രമേ അവ കാണാറുള്ളൂ. ലിപ്മാന്റെ ഒരു രോഗി തന്റെ രോഗലക്ഷണങ്ങൾ ഇപ്രകാരമാണ് വിവരിച്ചത്:

> എനിക്ക് വളരെ പൊക്കമുള്ളതായി തോന്നി; തെരുവിൽക്കൂടി നടക്കുമ്പോൾ മറ്റുള്ളവരുടെ തലകൾ കാണാൻ എനിക്ക് വളരെ കുനിഞ്ഞു നോക്കണമെന്ന് തോന്നി. വാസ്തവത്തിൽ അത് എന്നെ ഭയപ്പെടുത്തുകയും അലോസരപ്പെടുത്തുകയും ചെയ്തു. ഈ അനുഭൂതി വളരെ യഥാർത്ഥമായിട്ടാണ് എനിക്ക് തോന്നിയത്. തന്നിമിത്തം, ഒരു വലിയ ദർപ്പണത്തിനോ ജനാലയ്ക്കോ സമീപം നില്ക്കുമ്പോൾ, എന്റെ യഥാർത്ഥമായ അഞ്ചടിയിൽ കുറഞ്ഞ പൊക്കം കണ്ട് ഞാൻ ഞെട്ടിത്തരിച്ചിട്ടുണ്ട്.

ലിപ്മാന്റെ ചികിത്സയിലിരുന്ന മറ്റൊരു രോഗി തന്റെ അനുഭവം ഇപ്രകാരം വർണ്ണിക്കുന്നു:

> എന്റെ ശരീരത്തിന്റെ നടുക്കുകൂടെ നെടുനീളത്തിൽ ഒരു ലംബരേഖ വരച്ച് ആരോ അതിനെ രണ്ടു പകുതികളാക്കിയപോലെയാണ് എനിക്ക് തോന്നിയത്. വലത്തെ പകുതിക്ക് ഇടത്തെ പകുതിയുടെ രണ്ടിരട്ടി വലിപ്പം തോന്നിച്ചു.

തങ്ങളുടെ ഈ അനുഭൂതികൾ വെറും മിഥ്യകളാണെന്ന് രോഗികൾക്കെല്ലാവർക്കും അറിയാമായിരുന്നെങ്കിലും സത്യം തുറന്ന് സമ്മതിക്കാൻ അവർക്ക് ചിലപ്പോൾ മടിയായിരുന്നു. അതിനുകാരണം തങ്ങൾക്ക് ചിത്തഭ്രമമുണ്ടെന്ന് മറ്റുള്ളവർ ധരിക്കുമോ എന്ന ഭയമായിരുന്നു. ചില രോഗികൾക്ക് സമയബോധ വൈകൃതങ്ങളും (Distortions of Time) അനുഭവപ്പെട്ടു. ഉദാഹരണമായി, 'അതിവേഗത്തിലാണ് ഞാൻ സഞ്ചരിച്ചിരുന്നതെന്ന് എനിക്ക് തോന്നി' എന്നും 'എല്ലാവരും അതിവേഗത്തിലാണ് നടക്കുകയും സംസാരിക്കുകയും ചെയ്തതെന്ന് എനിക്ക് തോന്നി' എന്നും അവരിൽ ചിലർ പറഞ്ഞു.

'അത്ഭുതലോകത്തിലെ ആലീസ് രോഗലക്ഷണസമുച്ചയം' പ്രകടിപ്പിച്ച രണ്ടു കൊടിഞ്ഞിബാധിതരായ കുട്ടികളുടെ രോഗചരിത്രങ്ങൾ പിന്നീട് ജെറാൾഡ് ഗോൾഡ്മെൻ രേഖപ്പെടുത്തുകയുണ്ടായി. ആ കുട്ടികൾക്ക് സമയബോധവ്യതിയാനങ്ങളും ശരീരവലിപ്പവ്യതിയാനങ്ങളും ആവർത്തിച്ചുണ്ടാകുന്നതായി തോന്നിയെന്ന് അവർ പറഞ്ഞത്രെ. അവർക്കിരുവർക്കും കൊടിഞ്ഞിയുമായി ബന്ധപ്പെട്ട തലവേദനകൾ പതിവായി വരാറുണ്ടായിരുന്നു.

'അത്ഭുത ലോകത്തിലെ ആലീസ് രോഗലക്ഷണ സമുച്ചയം' (Alice in Wonderland Syndrome) എന്ന് റ്റോഡ് നാമകരണം ചെയ്ത ഈ രോഗലക്ഷണങ്ങൾ വൈറൽ മസ്തിഷ്കജ്വരം, അപസ്മാരം മുതലായ രോഗങ്ങളിലും കാണാറുണ്ടെങ്കിലും, മസ്തിഷ്കരോഗവിദഗ്ദ്ധന്മാരുടെ പൊതുവായ അഭിപ്രായം ഒരുതരം കൊടിഞ്ഞി ബാധിച്ചിട്ടുള്ള രോഗികളിലാണ് ഈ ലക്ഷണങ്ങൾ സാധാരണ കാണപ്പെടാറുള്ളതെന്നാണ്. രക്തക്കുഴലുകൾ ഇടുങ്ങിപ്പോകുന്നതുകൊണ്ട്, തലച്ചോറിന്റെ ചില ഭാഗങ്ങ

ളിലേക്കുള്ള രക്തചംക്രമണം വേണ്ടവണ്ണം നടക്കാതെ വരുമ്പോൾ *മെറ്റാമോർഫോപ്സിയ* (Metamorphopsia) എന്ന ആകാരവ്യതിയാന ഭാവം അനുഭവപ്പെടാവുന്നതാണ്. തലച്ചോറിന്റെ ഏത് ഭാഗത്തേക്കുള്ള രക്തപ്രവാഹത്തിന്റെ കുറവ് നിമിത്തമാണ് ഇപ്രകാരം സംഭവിക്കുന്നത് എന്നതിനെപ്പറ്റി, ഈ രോഗലക്ഷണ സമുച്ചയം അപഗ്രഥിച്ച വിദഗ്ദ്ധർ വ്യത്യസ്ത നിഗമനങ്ങളിലാണ് എത്തിച്ചേർന്നിട്ടുള്ളത്. മസ്തിഷ്ക അർദ്ധ ഗോളത്തിന്റെ വലതുഭാഗത്തെ പരീറ്റൽ ലോബ് (Paretal Lobe) ടെമ്പ റൽ ലോബ് (Temporal Lobe), ഓക്സിപിറ്റൽ ലോബ് (Occipital Lobe) മുതലായ ഭാഗങ്ങളിലായിരിക്കാം ഈ രക്തക്കുറവ് അനുഭവപ്പെടുന്നത്.

മേൽ വിവരിച്ച പ്രതിഭാസങ്ങൾ മസ്തിഷ്കത്തിന്റെ ഏറ്റവും സങ്കീർണ്ണമായ സംയോജക ധർമ്മങ്ങളിലുണ്ടാകുന്ന തകരാറുകളെയാണ് സൂചിപ്പിക്കുന്നത്. കൊടിഞ്ഞിരോഗത്തെ സംബന്ധിച്ച കാര്യങ്ങളിൽ അതി വിദഗ്ദ്ധനെന്ന് കരുതപ്പെടുന്ന ഒളിവർ സാക്സ് (Oliver Sacks) ഈ രോഗ ത്തിൽ ഇത്തരം അഞ്ചുതരം തകരാറുകളുണ്ടാവാമെന്ന് ചൂണ്ടിക്കാണിച്ചി ട്ടുണ്ട്.

1. കാഴ്ചയിൽ അനുഭവപ്പെടുന്ന സങ്കീർണ്ണങ്ങളായ വൈകൃതങ്ങൾ ലില്ലിപുട്ടിയൻ - Lilliputian - (ഹ്രസ്വാകാരഭാവം), ബ്രോബ്ഡിങ് നാഗി യൻ - Broabdingnagian - (ഭീമാകാരഭാവം), സൂം - Zoom - (അതി വേഗ ചലനഭാവം) മൊസയിക്ക് - Mosaic - (വിവിധ വർണ്ണഭാവം).
2. ശരീരത്തെ സംബന്ധിച്ച് കാഴ്ചപ്പാടിലും ഉപയോഗത്തിലും ഉണ്ടാകുന്ന സങ്കീർണ്ണങ്ങളായ പ്രയാസങ്ങൾ, പതിവായ സോദ്ദേശ്യചല നങ്ങൾ നടത്തുവാനുള്ള കഴിവില്ലായ്മ (അപ്രാക്സിയ - Apraksia); ഇന്ദ്രി യങ്ങളിൽക്കൂടി കിട്ടുന്ന അറിവ് വേണ്ടവണ്ണം തിരിച്ചറിയാനുള്ള കഴിവി ല്ലായ്മ - (അഗ്നോസിയ - Agnosia)
3. ഭാഷാപ്രയോഗം, സംസാരശേഷി എന്നിവയിലെ തകരാറുകൾ.
4. വിവിധാനുഭവത്തോന്നലുകൾ (Multiple Consciousness), പുതിയ ഒരനുഭവം പഴയ ഒന്നിന്റെ ആവർത്തനമാണെന്ന തോന്നൽ (ദെയ്ഴാ വൂ - deja vu) തുടങ്ങിയ സമയ ബോധവൈകൃതങ്ങൾ.
5. സ്വപ്നാത്മകഭാവം, പേടിസ്വപ്നാവസ്ഥ, സമാധിഭാവം, ഉന്മാദാ വസ്ഥയും അതുപോലെയുള്ള മറ്റു ചില അവസ്ഥകളും.

'ആലീസ് രോഗലക്ഷണസമുച്ചയം' എന്നറിയപ്പെടുന്ന മാനസിക തക രാറുകൾ കൊടിഞ്ഞി, അപസ്മാരം എന്നിവയുള്ള രോഗികളിൽ മാത്ര മായി പരിമിതപ്പെടുത്താവുന്നതല്ല. ഹിപ്നോട്ടിക് ശക്തിക്ക് വിധേയരാ യവർ, കഞ്ചാവും എൽ എസ് ഡി (LSD)യും പോലെ മാനസിക വിഭ്രാ ന്തിയുളവാക്കുന്ന ലഹരിസാധനങ്ങൾക്ക് വിധേയരാവയർ, ജ്വരം നിമിത്തം പിച്ചും പേയും പറയുന്നവർ, ഷിസൊഫ്രിനിയ (Schizophrenia) എന്ന മനോരോഗം ബാധിച്ചവർ മുതലായവരിലും ഈ രോഗലക്ഷണസമുച്ചയം കാണാം. കുട്ടികളിൽ കാണാറുള്ള ഇൻഫെക്ഷിയസ് മോണൊന്യൂക്ലിയോ സിസ് (Infectious Mononucleosis) എന്ന രക്തദോഷരോഗം ബാധിച്ച

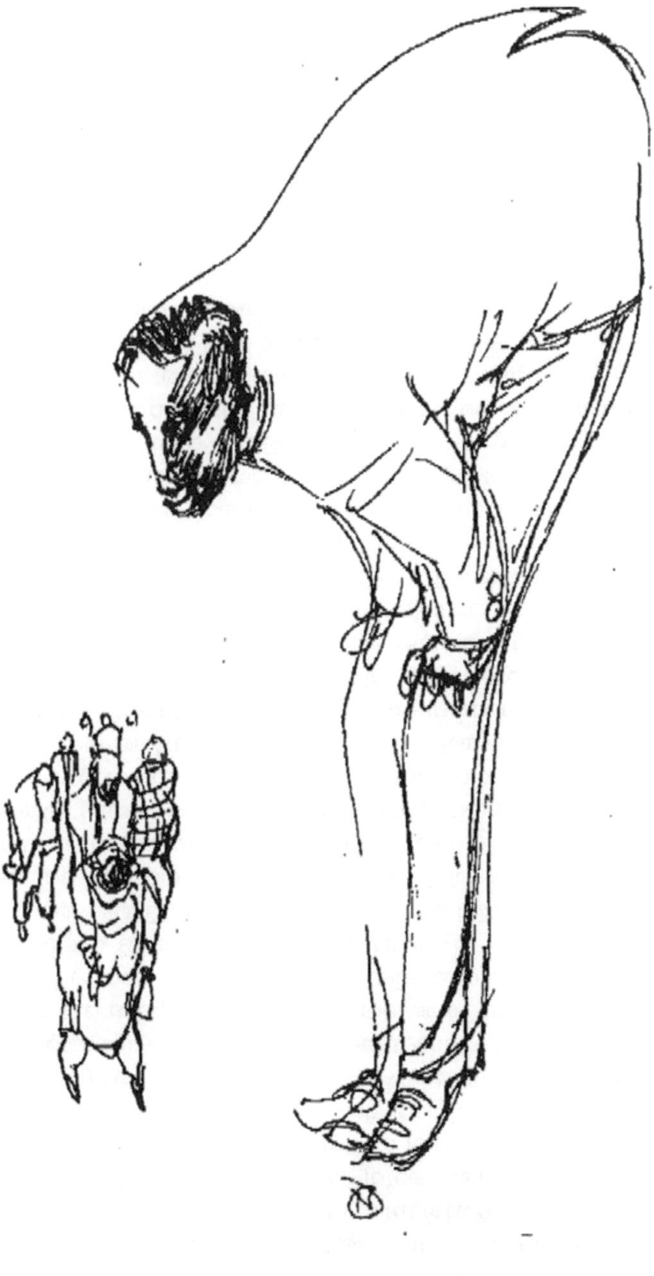

മൂന്നുപേരിൽ 'ആലീസ് രോഗലക്ഷണ സമുച്ചയം' കണ്ടതായി സ്റ്റ്യുവർട്ട് കോപ്പർമാൻ (Stewart Copperman) രേഖപ്പെടുത്തിയിട്ടുണ്ട്. ഒരു രോഗി പതിനെട്ട് വയസ്സുള്ള ഒരു കോളേജ് കുമാരിയായിരുന്നു. ഇടവിട്ടു വരുന്ന ദർശന വൈകൃതങ്ങൾ, ഒരു തരം 'നിസ്സംഗഭാവം' വസ്തുക്കൾ യഥാർത്ഥ ത്തിലുള്ളതിനേക്കാൾ അകലത്തിലാണെന്ന തോന്നൽ, വസ്തുക്കൾ അവ്യക്തമായും ചുരുങ്ങുകയോ വലുതാകുകയോ ചെയ്യുന്നതായുമുള്ള തോന്നൽ, ഒരു വക്രകാചത്തിൽക്കൂടി വസ്തുക്കളെ കാണുന്നതുപോലെ വികൃതമായ കാഴ്ചപ്പാട് എന്നിവയായിരുന്നു ഈ കുട്ടികളുടെ രോഗല ക്ഷണങ്ങൾ. പതിനേഴ് വയസ്സുള്ള മറ്റൊരു പെൺകുട്ടി താൻ 'അത്ഭുത ലോകത്തിലെ ആലീസ്' തന്നെയാണെന്നു തോന്നുന്നതായിട്ടാണ് പറ ഞ്ഞത്. സ്വയം ചുരുങ്ങുകയോ വലുതാകുകയോ ചെയ്യുന്നതിന് പകരം, തന്റെ കാഴ്ചയിൽപ്പെടുന്ന വസ്തുക്കളുടെ ആകൃതിയും വലിപ്പവും മാറി ക്കൊണ്ടിരിക്കുന്നതായിട്ടാണ് അവൾക്ക് തോന്നിയത്. മൂന്നാമത്തെ രോഗി ഒൻപത് വയസ്സുള്ള ഒരു ബാലനായിരുന്നു. അവന്റെ അമ്മ പറയുന്നത്, അവർ വസ്തുക്കൾ കാണുന്നത് മറ്റുള്ളവർ കാണുന്ന രൂപങ്ങളിലല്ല എന്നാണ്. താൻ ചുരുങ്ങി ചെറുതാകുന്നതായി അവന് തോന്നാറുണ്ടത്രെ. ചില വസ്തുക്കൾ ഇടവിട്ട് മാറി മാറി ചെറുതാകുന്നതായും വലുതാകു ന്നതായും അവന് തോന്നാറുണ്ട്. രക്തപരിശോധനയും വൈദ്യപരിശോ ധനയും നടത്തിയപ്പോൾ ഈ കുട്ടികൾക്കെല്ലാം മോണോന്യൂക്ലിയോസിസ് രോഗം ഉള്ളതായി ബോദ്ധ്യപ്പെടുകയും ചെയ്തു.

വൈദ്യശാസ്ത്രത്തിലെ ഒരു രോഗലക്ഷണസമുച്ചയത്തെ ഇത്ര വ്യക്തമായി വിവരിക്കുവാൻ ലൂയി കാരളിന് (ഡോജ്സൺ) എങ്ങനെ കഴിഞ്ഞു എന്നു കണ്ടുപിടിക്കുവാൻ പല ഗവേഷകരും ശ്രമിച്ചിട്ടുണ്ട്. ഭിഷഗ്വരന്മാരുൾപ്പെടെയുള്ള വിക്ടോറിയൻ വരേണ്യവർഗ്ഗത്തിലെ വളരെ യധികം ആളുകളെ ഡോജ്സണ് അറിയാമായിരുന്നുവെന്ന് കണ്ടെത്തി. വൈദ്യശാസ്ത്രവിഷയത്തിലും കുട്ടികളിലും അദ്ദേഹത്തിന് എത്രമാത്രം താല്പര്യമുണ്ടെന്നുള്ളതിന് തെളിവാണ് അദ്ദേഹത്തിന്റെ മരണപത്രം. ലണ്ടനിലെ കുട്ടികൾക്കുള്ള ആശുപത്രിയിൽ സ്ഥിരമായി ഒരു വാർഡ് നിലനിർത്തുന്നതിനുള്ള ചെലവ് വഹിക്കുന്നതിനുള്ള തുക തന്റെ മരണ പത്രത്തിൽ അദ്ദേഹം നീക്കിവച്ചിട്ടുണ്ട്. കുട്ടികളോടുള്ള സ്നേഹവാത്സ ല്യങ്ങൾ നിമിത്തമാണ് അദ്ദേഹം അവർക്കുവേണ്ടി അനേക കൃതികൾ രചിച്ചത്. 'അത്ഭുതലോകത്തിലെ ആലീസ്' ജീവിച്ചിരുന്ന ഒരു യഥാർത്ഥ ബാലിക ആയിരുന്നു എന്നാണ് കരുതപ്പെടുന്നത്. ഓക്സ്ഫോർഡ് സർവ്വ കലാശാലയിലെ തന്റെ വകുപ്പു തലവന്റെ മകളായ ആലീസ് ലിൻഡെ ലിന്റെ (Alice Lindell) രൂപത്തിലാണ് ഡോജ്സൺ തന്റെ കഥാപാത്രത്തെ സൃഷ്ടിച്ചിട്ടുള്ളത് എന്ന് ചില ഗവേഷകൻ ചൂണ്ടിക്കാട്ടിയിട്ടുണ്ട്.

ഡോജ്സന്റെ ഡയറിക്കുറിപ്പുകളിൽനിന്നും അദ്ദേഹംതന്നെ ഒരു കൊടിഞ്ഞിരോഗി ആയിരുന്നുവെന്ന് വ്യക്തമാകുന്നു. നേത്രത്തകരാറു കളും കൺമുമ്പിൽ വർണ്ണരൂപങ്ങളും തുടർന്ന് ഛർദ്ദിയോടുകൂടിയേ തല

വേദനയുമാണ് രോഗലക്ഷണങ്ങളായി അദ്ദേഹം വിവരിക്കുന്നത്. ആകാര രൂപവ്യതിയാന വിഭ്രാന്തികളെക്കുറിച്ച് (Body Image Hallucination) അദ്ദേഹത്തിന്റെ ഡയറിക്കുറിപ്പുകൾ ഒന്നും പറയുന്നില്ല. എങ്കിലും ചില ഗ്രന്ഥകർത്താക്കൾ കരുതുന്നത് 'ശരീര വലിപ്പവ്യതിയാനങ്ങൾ' (Body image Distortion) അദ്ദേഹത്തിന്റെ കൊടിഞ്ഞിരോഗത്തിന്റെ ഒരു സവിശേഷതയായിരുന്നിരിക്കാൻ ഇടയുണ്ട് എന്നാണ്. ഇതെല്ലാം പരിഗണിക്കുമ്പോൾ നോവലിലെ ആലീസ് കണ്ട അത്ഭുതലോകം അവളുടെ സ്രഷ്ടാവായ ഡോജ്സണും വളരെ പരിചിതമായ ഒന്നായിരിക്കാനാണ് സാദ്ധ്യത എന്ന് വിമർശകർ വിലയിരുത്തുന്നു.

5

ജരതയുടെ കാലത്തെ പ്രണയകാവ്യം

ആയുർദൈർഘ്യം വർദ്ധിച്ചതോടെ വൃദ്ധരുടെ എണ്ണം കേരളത്തിൽ വർദ്ധിച്ചുവരികയാണ്. എങ്കിലും വിശ്വസാഹിത്യകൃതികൾ സജീവ ചർച്ചയ്ക്കു വിധേയമാക്കപ്പെടാറുള്ള കേരളത്തിൽ ഗബ്രിയേൽ ഗാർസിയ മാർകേസിന്റെ *കോളറാകാലത്തെ പ്രണയം* എന്ന പ്രസിദ്ധ നോവലിലെ വാർദ്ധക്യകാലത്തെപ്പറ്റിയുള്ള നിരീക്ഷണങ്ങൾ ശ്രദ്ധിക്കപ്പെടാതെ പോവുകയാണുണ്ടായത്.

ഗബ്രിയേൽ ഗാർസിയ മാർകേസിന്റെ *കോളറാകാലത്തെ പ്രണയം* ഒരു സങ്കീർണ്ണ നോവലാണ്. മറ്റേത് മഹത്തായ നോവലിനെയുംപോലെ ഇതിനെയും പല രീതിയിൽ വ്യാഖ്യാനിക്കാം. വളരെ ലളിതമായ ഒരു പ്രേമകഥയായിപ്പോലും ഇതിനെ കരുതാം. തന്റെ ഏറ്റവുമധികം രാഷ്ട്രീയാംശമുള്ള നോവലിതാണെന്നാണ് മാർകേസ് പറഞ്ഞിട്ടുള്ളത്. യൂറോപ്യൻ മൂല്യങ്ങളെ അടിമത്ത മനോഭാവത്തോടെ സ്വീകരിച്ച് സ്വയം ചൂഷിതരായി നശിച്ച ലാറ്റിൻ അമേരിക്കക്കാരുടെ മുഖത്തോടൊപ്പം മാർക്സിന്റെ രാഷ്ട്രീയ വീക്ഷണങ്ങളെയും ഈ കൃതിയിൽ കാണാനാവും. മുഖ്യകഥാപാത്രങ്ങളിലൊന്നായ ഡോ. ജുവെനൽ ഉർബിനോ പ്രതിനിധാനം ചെയ്യുന്നതുതന്നെ നവലോകത്തിൽ പ്രകൃതിയെ കീഴടക്കുന്നതിൽ യൂറോപ്യൻ യുക്തിവാദവും മതവും നേരിട്ട പരാജയത്തെയാണ്. ശാസ്ത്രത്തിനും വൈദ്യത്തിനും പുരോഗതിക്കും പലതും നല്കാനാകുമെങ്കിലും അവ ആ നാട്ടിന്റെ സ്വാഭാവികമായ വന്യഭാവത്തിനു മുന്നിൽ കീഴടങ്ങുന്നത് നോവലിൽ കാണാം.

രാഷ്ട്രീയ നോവൽ, പ്രേമകഥ എന്നീ നിലകളിൽ പ്രസിദ്ധമായ ഈ കൃതി വാർദ്ധക്യകാല പ്രശ്നങ്ങളെപ്പറ്റി എഴുതപ്പെട്ടിട്ടുള്ള ഏറ്റവും മഹ

ത്തായ നോവൽ കൂടിയാണ്. വായനക്കാർക്ക്, വിശേഷിച്ച് വൈദ്യശാസ്ത്ര വീക്ഷണത്തോടുകൂടി വായിക്കുന്നവർക്ക് ഈ കൃതിയുടെ മറ്റൊരു മൂല്യം കാണാനാവും - വാർദ്ധക്യത്തെ തുടർച്ചയായ കണ്ടെത്തലുകളുടെ കാലമായാണ് *കോളറാകാലത്തെ പ്രണയം* ചിത്രീകരിക്കുന്നത്. ഈ കാര്യത്തിൽ' മാർകേസിന്റെ ഈ നോവൽ നല്കുന്ന ഉൾക്കാഴ്ച വാർദ്ധക്യത്തെപ്പറ്റിയുള്ള പരമ്പരാഗത വൈദ്യശാസ്ത്ര പാഠപുസ്തകങ്ങളിൽ കാണാനാവില്ല.

വാർദ്ധക്യമെന്ന പ്രശ്നത്തെ മാർകേസ് അവതരിപ്പിച്ച രീതിയെപ്പറ്റി ടെക്സാസ് സർവ്വകലാശാലാ ഇൻസ്റ്റിറ്റ്യൂട്ട് ഓഫ് മെഡിക്കൽ ഹ്യൂമാനിറ്റിസിലെ ആൻഹഡ്സൺ ജോൺസ് (Ann Hudson Jones) 'ലാൻസെറ്റിൽ' അവലോകനം ചെയ്തിരുന്നു. വൈദ്യശാസ്ത്രവും സാഹിത്യവും തമ്മിലുള്ള ബന്ധത്തെപ്പറ്റി നിരവധി ലേഖനങ്ങൾ എഴുതിയിട്ടുള്ള പ്രഗത്ഭയാണ് ഹാഡ്സൺ. അവരുടെ നിരീക്ഷണങ്ങളാണ് ഈ പഠനത്തിനാധാരം.

കരീബിയൻ തീരത്തുള്ള ഒരു ദക്ഷിണ അമേരിക്കൻ പ്രവിശ്യയിലെ സ്പാനിഷ് കൊളോണിയൽ നഗരത്തിലാണ് കോളറകാലത്തെ പ്രണയം നടക്കുന്നത്. കാലം പത്തൊൻപതാം നൂറ്റാണ്ടിന്റെ അവസാനവും ഇരുപതാം നൂറ്റാണ്ടിന്റെ തുടക്കവും ഡോ. ജുവനൽ ഉർബിനോയാണ് നോവലിന്റെ ആദ്യഭാഗത്തിലെ കഥാപാത്രം. ശാസ്ത്രത്തിന്റെ പുരോഗതിയിൽ അടിയുറച്ചു വിശ്വസിക്കുന്ന ഉർബിനോ യൂറോപ്യൻ ശാസ്ത്രപാരമ്പര്യത്തെ പ്രതിനിധാനം ചെയ്യുന്നു. ലാറ്റിനമേരിക്കയിൽ ജനിച്ച്, പാരീസിൽ നിന്ന് വൈദ്യശാസ്ത്രം പഠിച്ച ഉർബിനോ സ്വന്തം നാട്ടിലെ ആരോഗ്യരംഗത്തെയും സംസ്കാരത്തെയും ഉണർത്തണമെന്ന ചിന്തയോടെയാണ് നാട്ടിൽ തിരിച്ചെത്തുന്നത്.

ഡോ. ഉർബിനോയുടെ ഉറ്റ സുഹൃത്തും കരീബിയൻ അഭയാർത്ഥിയും വികലാംഗനുമായ ജെറമിയ സെന്റ് അമറിന്റെ ആത്മഹത്യയാണ് നോവലിലെ ആദ്യസംഭവം. ഈ മരണം സ്ഥിരീകരിക്കാനായി പൊലീസ് ഉർബിനോയെ ക്ഷണിക്കുന്നതോടെയാണ് നോവൽ തുടങ്ങുന്നത്. ഉർബിനോയുമായി പതിവായി ചെസ്സ് കളിച്ചിരുന്ന ജെറമിയ സയനൈഡ് കഴിച്ചാണ് ആത്മഹത്യ ചെയ്തത്. വാർദ്ധക്യഭയമാണ് അദ്ദേഹത്തെ ഈ കൃത്യം ചെയ്യാൻ പ്രേരിപ്പിച്ചത്. താനൊരിക്കലും വൃദ്ധനായി ജീവിക്കില്ലെന്നും അറുപതു തികയുമ്പോൾ പെന്തകോസ്റ്റിന്റെ തലേന്നാൾ ആത്മഹത്യ ചെയ്യുമെന്നും ജെറമിയ പണ്ടൊക്കെ പറഞ്ഞിരുന്നു. കഥ നടക്കുന്നത് ജെറമിയയ്ക്ക് 60 തികഞ്ഞ സമയത്താണ്. തീയതി അടുക്കുന്തോറും ജെറമിയ ആകെ ദുഃഖിതനും വിവശനുമായിരുന്നു. എങ്കിലും വയസ്സനാകാൻ അയാൾക്ക് തീരെ താല്പര്യമില്ലായിരുന്നു. ഒരു യുക്തി

വാദിയും നിരീശ്വരവാദിയുമായതിനാൽ പ്രതിജ്ഞ നിറവേറ്റേണ്ടത് തന്റെ കടമയാണെന്നും അയാൾ കരുതി. അങ്ങനെയാണ് ജെറമിയ സയനൈഡിൽ അഭയം തേടിയത്.

എന്നാൽ ജെറമിയയുടെ സുഹൃത്തായ ഉർബിനോ തന്റെ 81-ാം വയസ്സിലും ഇത്തരം ഭയങ്ങൾ തന്നെ അലട്ടുന്നില്ല എന്ന മട്ടിൽ ജീവിതം തുടർന്നു. പക്ഷേ, സത്യമതല്ലായിരുന്നു. വാർദ്ധക്യസഹജമായ ശാരീരിക ബലക്ഷയമെന്ന അനിവാര്യതയെ ഇവിടെ മാർകേസ് കാല്പനികവല്ക്കരിക്കുന്നില്ല. ഒരു ഭിഷഗ്വരൻ എന്ന നിലയിലുള്ള അനുഭവസമ്പത്തിലൂടെ തന്റെ ശാരീരിക, മാനസിക ബലക്ഷയത്തെ അളക്കുകയാണ് ഉർബിനോ ചെയ്തുകൊണ്ടിരുന്നത്.

> അൻപതു വയസ്സാകുന്നതുവരെ, തന്റെ അവയവങ്ങളുടെ വലിപ്പത്തെപ്പറ്റിയോ തൂക്കത്തെപ്പറ്റിയോ അവസ്ഥയെപ്പറ്റിയോ അദ്ദേഹം ചിന്തിച്ചിരുന്നില്ല. ദിനംതോറുമുള്ള ഉച്ചമയക്കം കഴിഞ്ഞ്, വെറുതെ കണ്ണടച്ചു കിടക്കുമ്പോൾ അവയെപ്പറ്റി അദ്ദേഹം ബോധവാനായിത്തുടങ്ങി; ശരീരത്തിനുള്ളിലുള്ള തന്റെ നിദ്രാവിഹീനമായ ഹൃദയത്തിന്റെയും അജ്ഞേയമായ കരളിന്റെയും വായുനിരുദ്ധമായ പാൻക്രിയാസിന്റെയും ആകൃതിയെപ്പറ്റി അദ്ദേഹം വിചാരിച്ചു തുടങ്ങി. ഏറ്റവും പ്രായമേറിയവർപോലും തന്നേക്കാൾ ചെറുപ്പമാണെന്ന് അദ്ദേഹം കണ്ടുപിടിച്ചു; തന്റെ തലമുറയുടെ ഐതിഹാസികങ്ങളായ സമൂഹ ചിത്രങ്ങളിൽ താൻ മാത്രമാണ് ജീവിച്ചിരിക്കുന്ന ഏക വ്യക്തിയെന്നും മനസ്സിലാക്കി. ഓർമ്മക്കുറവിന്റെ ആദ്യലക്ഷണങ്ങൾ ബോദ്ധ്യമായപ്പോൾ, മെഡിക്കൽ സ്കൂളിലുണ്ടായിരുന്ന അദ്ധ്യാപകരിലൊരാളിൽനിന്നും കേട്ട ഒരു തന്ത്രത്തിലേക്ക് അദ്ദേഹം തിരിഞ്ഞു. 'ഓർമ്മയില്ലാത്ത ഒരുവൻ അത് കടലാസുകൊണ്ട് ഉണ്ടാക്കുന്നു' സ്വയം ഓർമ്മപ്പെടുത്താനായി പോക്കറ്റിൽ കുറിച്ചിരുന്ന കുറിപ്പുകളുടെ അർത്ഥംതന്നെ മറന്നുപോകുന്ന ഒരു പ്രായത്തിലദ്ദേഹം എത്തിയപ്പോൾ, അതും അധികം നിലനില്ക്കാത്ത ഒരു വ്യാമോഹമായി മാറി. തന്റെ മൂക്കിലിരിക്കുന്ന കണ്ണടയ്ക്കുവേണ്ടി വീടു മുഴുവനും തപ്പുക; കതകുകൾ പൂട്ടിയശേഷം താക്കോൽ വീണ്ടും തിരിക്കുക; വായിക്കുന്ന പുസ്തകങ്ങളിലെ പ്രതിപാദ്യവിഷയത്തിന്റെ തുടക്കമോ അതിലെ കഥാപാത്രങ്ങൾ തമ്മിലുള്ള ബന്ധമോ മറന്നുപോയതുകൊണ്ട് വായനയുടെ അർത്ഥംതന്നെ നഷ്ടപ്പെടുക— ഈ രീതിയിലായി കാര്യങ്ങൾ. എന്നാൽ ഏറ്റവും കൂടുതലായി അദ്ദേഹത്തെ വിഷമിപ്പിച്ചത് വിവേചന ബുദ്ധി ഉപയോഗിക്കാനുള്ള തന്റെ കഴിവിനെപ്പറ്റി ഉണ്ടായി

രുന്ന ആത്മവിശ്വാസം നഷ്ടപ്പെട്ടതാണ്. രക്ഷപ്പെടാനാവാത്ത ഒരു കപ്പൽച്ചേതത്തിലെന്നപോലെ ക്രമംക്രമമായി തന്റെ വിവേചന ശക്തി നഷ്ടപ്പെടുന്നതായി അദ്ദേഹത്തിന് തോന്നി.

മരണകാരിയായി മാറുന്ന മിക്കവാറും എല്ലാ രോഗങ്ങൾക്കും അവയുടെ പ്രത്യേക ഗന്ധമുണ്ടെന്നും എന്നാൽ വാർദ്ധക്യത്തിനുള്ളതുപോലെ സ്പഷ്ടമായ മണം വേറൊന്നിനുമില്ലെന്നും അദ്ദേഹം അറിഞ്ഞിരുന്നു. ഏതെങ്കിലും ഒരു ശാസ്ത്രീയാടിത്തറയിൽനിന്നുമല്ല. മറിച്ച് സ്വന്തം അനുഭവപരിചയത്തിൽ നിന്നുമാണ് അദ്ദേഹം ഈ നിഗമനത്തിലെത്തിച്ചേർന്നത്. തല മുതൽ കാൽവിരൽവരെ ശസ്ത്രക്രിയാമേശയിൽ കീറിത്തുറന്നിട്ടിരുന്ന ശവങ്ങളിൽനിന്നും അദ്ദേഹത്തിന് ആ ഗന്ധം കിട്ടിയിരുന്നു; സ്വന്തം പ്രായം അതിവിദഗ്ദ്ധമായി മറച്ചുവെക്കുന്ന രോഗികളിൽനിന്നുപോലും അദ്ദേഹം അത് തിരിച്ചറിഞ്ഞിരുന്നു. തന്റെ തന്നെ വിയർപ്പുപിടിച്ച വസ്ത്രങ്ങളിൽനിന്നും സുഖാലസ്യത്തിലുറങ്ങുന്ന ഭാര്യയുടെ നിശ്വാസവായുവിൽനിന്നും അദ്ദേഹത്തിന് ആ ഗന്ധം കിട്ടിയിരുന്നു. താനാരാണോ അതായിരുന്നില്ലെങ്കിൽ– കാര്യത്തിൽ വരുമ്പോൾ പഴയ മട്ടിലുള്ള ഒരു സത്യക്രിസ്ത്യാനി ഒരുപക്ഷേ, വാർദ്ധക്യം ഒരു നാണംകെട്ട അവസ്ഥയാണെന്നും അത് അധികം താമസിക്കുന്നതിനുമുമ്പ് അവസാനിപ്പിക്കണമെന്നുമുള്ള ജെറിമെഡിസെന്റ്, അമോറിന്റെ അഭിപ്രായത്തോട് അദ്ദേഹം യോജിക്കുമായിരുന്നു.

ഉർബിനോയുടെ മൂത്രവിസർജ്ജനത്തിന്റെ രീതിയെപ്പറ്റി നോവലിലുള്ള ചെറിയ വിശദീകരണത്തിലൂടെ അയാളുടെ യൗവനത്തിലെയും വാർദ്ധക്യത്തിലെയും ആരോഗ്യാവസ്ഥയുടെ ഒരു താരതമ്യം വായനക്കാർക്ക് കിട്ടുന്നുണ്ട്. യൗവനകാലത്ത് ഒരു പടക്കുതിരയുടെ വീറോടെയാണ് മൂത്രം പുറത്തേക്ക് പ്രവഹിച്ചിരുന്നത്. (വിവാഹദിനത്തിൽ ഇതിന്റെ ശബ്ദം മുറിയിലിരുന്ന് കേട്ട ഉർബിനോയുടെ ഭാര്യ അവരുടെ ആദ്യരാത്രിയെപ്പറ്റി ഓർത്ത് ഞെട്ടുന്നതായും കൃതിയിലുണ്ട്.) വാർദ്ധക്യത്തിൽ മൂത്രം ചിതറിയ ജലധാരയെപ്പോലെ ലക്കുംലഗാനുമില്ലാതെയാണ് ഒഴുകിയത്. ഒടുവിൽ, സ്ത്രീകളെപ്പോലെ ഇരുന്ന് മൂത്രമൊഴിക്കുന്ന നാണക്കേടുമായി ഉർബിനോയ്ക്ക് പൊരുത്തപ്പെടേണ്ടിവന്നു. കഥ നടക്കുന്നതിനും രണ്ട് വർഷംമുമ്പു മുതൽ അയാളെ ഒരു ശിശുവിനെയെന്നോണം കുളിപ്പിക്കുകയും വേഷമണിയിക്കുകയും ചെയ്തുവന്നിരുന്നത് ഭാര്യയായിരുന്നു.

തന്റെ സുഹൃത്തിന്റെ ഈ പ്രശ്നങ്ങളൊന്നും വാർദ്ധക്യത്തെ ഭയന്ന് അറുപതാം വയസ്സിൽ ആത്മഹത്യ ചെയ്ത ജെറമിയ അറിഞ്ഞിരുന്നില്ല. എങ്കിലും ഉർബിനോയുടെ മനോബലത്തിന്റെ അസ്തമയം അയാൾ അറി

ഞ്ഞുകാണും. ചതുരംഗത്തിലെ ഓരോ നീക്കവും എഴുതിയിടാതെ കളി തുടരാൻ ഉർബിനോയ്ക്ക് കഴിഞ്ഞിരുന്നില്ല. ഒരുപക്ഷേ, ഈ അവസ്ഥ തനിക്കുണ്ടാകരുതെന്ന ദൃഢനിശ്ചയത്തോടെയാവും ആസ്വാദ്യകരമായ തന്റെ ജീവിതത്തിന് അയാൾ അറുപതാം വയസ്സിൽ തിരശ്ശീലയിട്ടത്. ഉർബിനോയാകട്ടെ, പലപ്പോഴും പറഞ്ഞ ഒന്നുണ്ട്: "ഏറ്റവും കടുത്ത പ്രശ്നം അവസാനിച്ചു." രണ്ടു ദശകം മുമ്പ് (ജെറമിയയുടെ പ്രായത്തിൽ) അവസാനിച്ച സ്വന്തം ലൈംഗികശേഷിയെപ്പറ്റിയാണ് ഉർബിനോ ഇങ്ങനെ പറഞ്ഞിരുന്നത്. എന്നാൽ ഉർബിനോയെപ്പോലെ, ജെറമിയും ലൈംഗികമോഹങ്ങളിൽനിന്നുള്ള 'സ്വാതന്ത്ര്യ'ത്തെ സ്വാഗതം ചെയ്തിരുന്നതായി കരുതാനാവില്ല.

വാർദ്ധക്യത്തെ നിയന്ത്രിക്കാൻ ആർക്കും മരുന്ന് നല്കാൻ തയ്യാറാകാതിരുന്ന ഉർബിനോതന്നെ സ്വന്തം വാർദ്ധക്യത്തെ മെരുക്കാനായി ഓരോ മണിക്കൂറിലും മരുന്ന് രഹസ്യമായി കഴിച്ചിരുന്നു. തന്റെ സുഹൃത്തായ ജെറമിയുടെ മരണകാരണം വിശദീകരിക്കാനായി ഉർബിനോ 'ജറന്റോഫോബിയ' (Gerantophobia- വാർദ്ധക്യത്തോടുള്ള ഭയം) എന്നൊരു വാക്കുതന്നെ കണ്ടെത്തുന്നു. എന്നിട്ട് അതേദിവസം തന്നെ, കൂട്ടിൽ നിന്നും പറന്നുമാറിയ തത്തയെ പിടിക്കാൻ ശ്രമിക്കുന്നതിനിടയിൽ ഉർബിനോ മരത്തിൽനിന്ന് വീണു മരിക്കുന്നു. അങ്ങനെ, നഗരത്തിലെ അറിയപ്പെടുന്ന രണ്ട് യുക്തിവാദികൾ ഒരേ ദിവസം മരിക്കുന്നു. ഒരാൾ വാർദ്ധക്യത്തെ ഭയന്നും മറ്റേയാൾ 'മരണത്തിന്റെ ഇരുട്ടിൽ ദൈവത്തെ കാണാനാകാത്തതിന്റെ' ഭീതിയിലും.

നോവലിന്റെ ഒന്നാം ഭാഗത്തിന്റെ അന്ത്യത്തിൽ ഉർബിനോയുടെ ശവസംസ്കാരം കഴിഞ്ഞയുടൻ, ഫ്ളോറന്റിനോ അരീസ എന്ന മറ്റൊരു (യഥാർത്ഥ) മുഖ്യകഥാപാത്രം എത്തുന്നു. ഉർബിനോയുടെ അന്ത്യനിമിഷത്തിനായി 51 വർഷവും ഒൻപതു മാസവും നാലു ദിവസവും കാത്തുനിന്നയാളാണ് അരീസ. ഉർബിനോയുടെ ഭാര്യ ഫെർമിന ഡാസയോടുള്ള തീവ്രമായ പ്രണയവും ഉള്ളിലൊതുക്കി ഇത്രയുംകാലം കഴിയുകയായിരുന്നു അയാൾ. ശവസംസ്കാരം കഴിഞ്ഞയുടനെ, ഇനിയും കാത്തുനില്ക്കാൻ ക്ഷമയില്ലാതെ അരീസ ഉർബിനോയുടെ ഭാര്യയുടെ മുന്നിലെത്തി തന്റെ മനസ്സിൽ അവർക്കായുള്ള 'അനന്തമായ പ്രേമത്തെയും വിശ്വസ്തത'യെയുംപറ്റി ഒരു ആത്മാർത്ഥമായ പ്രഖ്യാപനം നടത്തുന്നു. തന്റെ ഭർത്താവിന്റെ 'സ്മരണയെ പരിഹസിച്ച' അരീസയെ പിടിച്ചു പുറത്താക്കാൻ അവർ ആജ്ഞയും നല്കുന്നു.

മരിച്ച ഭർത്താവിനൊപ്പം ചേരാനായി തന്റെ ജീവൻകൂടി എടുക്കണമേയെന്ന് ദുഃഖിതയായ അവർ അന്നുരാത്രി ദൈവത്തോട് പ്രാർത്ഥിച്ചു. എന്നാൽ അന്നത്തെ നിദ്രയിൽ അവർ കണ്ട സ്വപ്നങ്ങളിലെല്ലാം നിറഞ്ഞു

നിന്നത് വർഷങ്ങൾക്കുമുമ്പ് താൻ മനസ്സിൽനിന്ന് വലിച്ചെറിഞ്ഞ ഫ്ളോറന്റിനാ അരീസയായിരുന്നു!

നോവലിന്റെ മദ്ധ്യഭാഗത്ത് അരീസയുടെയും ഫെർമിന ഡാസയുടെയും ചെറുപ്പകാലത്തെ പ്രണയകഥയാണ് പറയുന്നത്. ഡാസയുടെ പിതാവ് ഇവരെ ബലം പ്രയോഗിച്ച് വേർപിരിക്കുകയും ഡാസയെ ഉർബിനോയ്ക്ക് വിവാഹം ചെയ്തുകൊടുക്കുകയും ചെയ്തു. എങ്കിലും, ഉർബിനോയുടെ ഭാര്യയായി ഫെർമിന ഡാസ ജീവിച്ച അൻപതുവർഷക്കാലവും അവൾക്കായുള്ള തീവ്രമായ സ്നേഹവും പേറി ഫ്ളോറന്റിനോ അവിവാഹിതനായി തുടർന്നു.

നോവലിലെ പ്രധാന കഥാപാത്രമല്ലെങ്കിലും ഫെർമിനാ ഡാസയുടെ വൃദ്ധനായ അച്ഛനിലൂടെയും മാർകേസ് വൃദ്ധരുടെ ആന്തരിക മാനസിക ഭാവങ്ങൾ അനാവരണം ചെയ്യാൻ ശ്രമിക്കുന്നുണ്ട്...

> 'ഡോ. അർബിനോ ഡാസ, താൻ പറയാൻ ലക്ഷ്യമിട്ട വിഷയത്തിലേക്ക് പ്രവേശിക്കുന്നതിനു മുമ്പായി വാർദ്ധക്യത്തെപ്പറ്റി ഏറെ നേരം കാടു കേറി സംസാരിച്ചു. വാർദ്ധക്യത്തിലെത്തിയ ആളുകളുടെ ഭാരമില്ലെങ്കിൽ ലോകം കൂടുതൽ വേഗത്തിൽ പുരോഗതി നേടുമെന്ന് അയാൾ ചിന്തിച്ചു: 'മനുഷ്യരാശി യുദ്ധഭൂമിയിലെ സൈന്യത്തെപ്പോലെ മെല്ലെപ്പോകുന്നവരുടെ വേഗത്തിലാണ് മുന്നേറുന്നത്.' കൂടുതൽ മാനവികവും അതേ അർത്ഥത്തിൽ കൂടുതൽ സംസ്കാരസമ്പന്നവുമായ ഒരു ഭാവി അയാൾ വിഭാവനം ചെയ്തു. അത്തരം ഒരു ഭാവിയിൽ തനിയെ കാര്യങ്ങൾ നോക്കാൻ കഴിവില്ലാതെയാകുന്ന പ്രായത്തിൽ സ്ത്രീപുരുഷന്മാരെ വേർപെടുത്തി നഗരപ്രാന്തങ്ങളിൽ സംരക്ഷിക്കും. അങ്ങനെ അവരെ വാർദ്ധക്യജീവിതത്തിന്റെ അവമതിയിൽനിന്നും പീഡാനുഭവങ്ങളിൽനിന്നും ഭയപ്പെടുത്തുന്ന ഏകാന്തതയിൽനിന്നും രക്ഷപ്പെടുത്താം. അയാളുടെ അഭിപ്രായത്തിൽ വൈദ്യശാസ്ത്രപരമായ കാഴ്ചപ്പാടിലൂടെ നോക്കിയാൽ എഴുപത് ആയിരിക്കണം അതിനുള്ള പ്രായപരിധി. എന്നാൽ ദീനാനുകമ്പയുടെ ആ പരിധിയിൽ അവർ എത്തുന്നതുവരെയുള്ള ഏകപോംവഴി ശുശ്രൂഷാകേന്ദ്രങ്ങളാണ്. അവിടെ വാർദ്ധക്യത്തിലെത്തിയവർക്ക് പരസ്പരം സമാശ്വസിപ്പിക്കാനും തങ്ങളുടെ ഇഷ്ടാനിഷ്ടങ്ങളും പതിവുരീതികളും സുഖദുഃഖങ്ങളും പരസ്പരം പങ്കുവെക്കാനും സാധിക്കും. മാത്രമല്ല അവർക്ക് ഇളയ തലമുറയുമായി സ്വാഭാവികമായുള്ള അഭിപ്രായവ്യത്യാസങ്ങളിൽനിന്നും സുരക്ഷിതമായ അകലത്തിൽ കഴിയുകയും ചെയ്യാം. അയാൾ പറഞ്ഞു: 'വൃദ്ധജനങ്ങൾ മറ്റു വൃദ്ധ

ന്മാരോടൊപ്പമാവുമ്പോൾ അവർ അത്രമാത്രം വൃദ്ധരല്ല.' എന്നാൽ ശരിതന്നെ: തന്റെ അമ്മയ്ക്ക് അവരുടെ വൈധവ്യത്തിന്റെ ഏകാന്തതയിൽ ഫ്ളോറന്റിനോ അരീസ നല്കിപ്പോരുന്ന സൗഹൃദ സാന്നിദ്ധ്യത്തിന് ഡോ. അർബിനോ ഡാസയ്ക്ക് അയാളോട് കൃതജ്ഞത അർപ്പിക്കണമെന്നുണ്ടായിരുന്നു. അവർ ഇരുവരുടെയും നന്മയ്ക്കും എല്ലാവരുടെയും സൗകര്യം കണക്കിലെടുത്തുകൊണ്ടും ആ സൗഹൃദ സന്ദർശനങ്ങൾ തുടരണമെന്നും അമ്മയുടെ വാർദ്ധക്യസഹജമായ നേരഭേദങ്ങളോട് ക്ഷമകാട്ടണമെന്നും അയാൾ യാചിച്ചു.

അത്ര ചുറുചുറുക്കോ സൗന്ദര്യമോ ഇല്ലായിരുന്നെങ്കിലും അക്കാലമത്രയും തന്റെ ആരോഗ്യം സംരക്ഷിക്കുന്നതിൽ ഫ്ളോറന്റിനോ അതീവ ശ്രദ്ധ ചെലുത്തി. 'യുവാവായിരുന്ന കാലത്തുപോലും ഫ്ളോറന്റിനോ അരീസ സ്റ്റെയർകേസ് കയറുമ്പോൾ പ്രത്യേകം സൂക്ഷിച്ചിരുന്നു. കാരണം ആദ്യത്തെ ചെറിയ വീഴ്ചയോടെയാണ് ഒരാൾക്ക് വാർദ്ധക്യം ആരംഭിക്കുന്നതെന്നും രണ്ടാമത്തെ വീഴ്ചയിൽ മരണംവന്നു പിടികൂടുമെന്നും അയാൾ സദാ വിശ്വസിച്ചുപോന്നിരുന്നു. അയാളുടെ ഓഫീസിലെ ഗോവണിപ്പടികൾ വളരെ ഇടുങ്ങിയതും കുത്തനെ ഉള്ളതുമായതിനാൽ ഏറെ അപകടം പിടിച്ചതാണെന്ന് അയാൾക്ക് തോന്നിയിരുന്നു. പണ്ടുമുതൽതന്നെ അയാൾ ഓരോ പടിയിലും കണ്ണു പതിപ്പിച്ച് രണ്ടുകൈകൾകൊണ്ടും കൈവരിയിൽ മുറുകെപ്പിടിച്ചുകൊണ്ടായിരുന്നു പടികൾ കയറുകയും ഇറങ്ങുകയും ചെയ്തിരുന്നത്. ഇതിനു പകരമായി ഇത്രയും അപകടസാദ്ധ്യതയില്ലാത്ത ഒരു സ്റ്റെയർകേസ് പണിയാൻ പലപ്പോഴും നിർദ്ദേശിക്കപ്പെട്ടിരുന്നെങ്കിലും അടുത്ത മാസമാകട്ടെ എന്നു വിചാരിച്ച് അയാൾ എന്നുമത് മാറ്റിവെച്ചുപോന്നു. വാർദ്ധക്യത്തിന്റെ പേരിൽ സഹതാപത്തോടെ ലഭിക്കുന്ന ഒരാനുകൂല്യമാണ് അതെന്ന് അയാൾ കരുതിപ്പോന്നതായിരുന്നു കാരണം. വർഷങ്ങൾ കടന്നുപോയതോടെ അയാൾക്ക് സ്റ്റെയർകേസ് കയറാൻ കൂടുതൽ കൂടുതൽ സമയമെടുക്കേണ്ടിവന്നു. ധൃതിപ്പെട്ട് അയാൾ വിശദീകരിക്കാറുള്ളതുപോലെ അത് ആയാസകരമായിരുന്നതുകൊണ്ടല്ല, മറിച്ച് കയറുമ്പോൾ കൂടുതൽ കൂടുതൽ ശ്രദ്ധ പതിപ്പിച്ചിരുന്നതുകൊണ്ടായിരുന്നു.

ഫെർമിന വീണ്ടും 'സ്വതന്ത്ര'യാകുന്ന കാലത്ത് അവളെ പ്രണയിക്കാൻ വേണ്ടത്ര ആരോഗ്യം തനിക്കില്ലാതെയാകരുതെന്ന വാശിയായിരുന്നു അയാൾക്കെന്നും. ഫെർമിനയുടെ ഭർത്താവ് മരിക്കുമ്പോൾ

ഫ്ളോറന്റിനോയ്ക്ക് 76 ഉം ഫെർമിനയ്ക്ക് 71 ഉം വയസ്സായിരുന്നു. വിരൂപിയും തണുപ്പനുമായിരുന്നെങ്കിലും സ്ത്രീകളെ തന്നിലേക്കടുപ്പിക്കാൻ പോന്ന എന്തോ ഒന്ന് അയാൾക്കുണ്ടായിരുന്നു. ഫെർമിനയ്ക്കു വേണ്ടി കാത്തിരുന്ന കാലമത്രയും നൂറുകണക്കിന് ലൈംഗിക പങ്കാളികളെ അയാൾക്ക് കിട്ടിയിരുന്നു. അറുന്നൂറിലേറെ ദീർഘകാല പ്രണയങ്ങളിൽ ഏർപ്പെട്ടിരുന്നതായി തന്റെ 'സ്ത്രീകൾ' എന്ന കുറിപ്പുകളിൽ അയാൾ രേഖപ്പെടുത്തിയിരുന്നു. എങ്കിലും ഇക്കാലമത്രയും ഫെർമിനയോട് വിശ്വസ്തത പുലർത്തിയതായും അയാൾ അവകാശപ്പെടുന്നു. ഫ്ളോറന്റിനോയെ വ്യത്യസ്തനാക്കുന്നതുതന്നെ പ്രേമത്തിലുള്ള കാല്പനിക വിശ്വാസവും ആ സ്വപ്നത്തിനായി ജീവിതത്തെ മാറ്റുരയ്ക്കാനുള്ള സന്നദ്ധതയുമാണ്.

ഫ്ളോറന്റിനോയുടെ ക്ഷമയും വാർദ്ധക്യത്തെപ്പറ്റിയുള്ള മാർകേസിന്റെ കാഴ്ചപ്പാടും ചേർന്നാണ് നോവലിന്റെ അവസാനഭാഗത്തെ അസാധാരണമാക്കുന്നത്. രണ്ടു വർഷത്തെ കടുത്ത ക്ഷമയോടെയുള്ള നിരന്തരമായ പ്രേമാഭ്യർത്ഥനകളിലൂടെ തന്നോടൊപ്പം മഗ്ദലന നദിയിലൂടെ ഒരു യാത്ര പോകാൻ ഡാസയെക്കൊണ്ട് ഫ്ളോറന്റിനോ സമ്മതിപ്പിക്കുന്നു. അവർ യാത്ര ചെയ്യുന്ന കപ്പലിന്റെ പേര് 'ന്യൂ ഫിഡലിറ്റി' എന്നായിരുന്നു. കൃതിയുടെ അവസാനതാളുകളിൽ വാർദ്ധക്യകാലത്തെ ലൈംഗികതയെപ്പറ്റി മറ്റൊരെഴുത്തുകാരനും സാദ്ധ്യമാകാത്തത്ര യഥാർത്ഥമായാണ് മാർകേസ് വിവരിക്കുന്നത്.

യാത്രയുടെ ആദ്യ സായാഹ്നത്തിൽ വർഷങ്ങൾക്കുശേഷം ആദ്യമായി ഫെർമിനയുടെയും ഫ്ളോറന്റിനായുടെയും കരങ്ങൾ അന്യോന്യം തൊടുന്നു. ഈ സ്പർശനത്തിലൂടെ തങ്ങളുടെ കൈകളിലെ എല്ലുകളിലെ വാർദ്ധക്യത്തെ ഇരുവരും തിരിച്ചറിയുന്നു. അതേ സായാഹ്നത്തിൽ 'തന്നെ വാർദ്ധക്യം നാറുന്നു.' എന്ന കാരണത്താൽ ഫ്ളോറന്റിനയോട് മുറിവിട്ടു പോകാൻ ഫെർമിന പറയുന്നു. ഒറ്റയ്ക്കായപ്പോൾ ഫെർമിന അയാളെ പഴയ ചെറുപ്പക്കാരനായല്ല അപ്പോഴത്തെ 'വാർദ്ധക്യവും മുടന്തും ബാധിച്ച യഥാർത്ഥ' അവസ്ഥയിലാണ് കാണുന്നത്.

> ഫ്ളോറന്റിനോ അരീസ ഞെട്ടിവിറച്ചുപോയി. അവൾതന്നെ പറഞ്ഞിരുന്നതുപോലെ അവൾക്ക് വാർദ്ധക്യജീർണ്ണതയുടെ പുളിച്ച നാറ്റമുണ്ട്. എങ്കിലും, ഉറങ്ങിക്കിടക്കുന്ന യാത്രക്കാർ കെട്ടിയിട്ട തൂക്കുകിടക്കകളുടെ ഊരാക്കുടുക്കുകൾക്കിടയിലൂടെ അയാൾ തന്റെ മുറിയിലേക്ക് നടന്നപ്പോൾ അതേ നാറ്റം തന്നെ തന്റെ ശരീരവും വമിക്കുന്നുണ്ടാവുമെന്നും തന്റെ നാറ്റത്തിന് നാലുവർഷം കൂടുതൽ പഴക്കമുണ്ടായിരിക്കുമെന്നും അതു മാത്രമാണ് വ്യത്യാ

> സമെന്നും തനിക്കുണ്ടായ അതേ വികാരത്തോടെതന്നെ തന്റെ ശരീരത്തിൽനിന്നും അവളത് തിരിച്ചറിഞ്ഞിട്ടുണ്ടാകുമെന്നും അയാൾ സ്വയം സമാധാനിപ്പിച്ചു. മനുഷ്യശരീരം ചീയുന്ന ഗന്ധമായിരുന്നു, അത്. വാർദ്ധക്യത്തിലെത്തിയ കാമുകിമാരിൽ അയാളത് തിരിച്ചറിഞ്ഞിട്ടുണ്ടായിരുന്നു; അയാളിൽ അവരും ആ നാറ്റം കണ്ടെത്തിയിരുന്നു.

വേഴ്ചയ്ക്കായി ആദ്യമായി വിവസ്ത്രരായപ്പോൾ തന്റെ ശരീരത്തിലേക്ക് നോക്കരുതെന്ന് ഫെർമിന അയാളോട് പറയുന്നു. ഫ്ളോറന്റിനോയ്ക്ക് തന്റെ ശരീരം കണ്ടാലിഷ്ടപ്പെടില്ല എന്ന് തോന്നിയാണിങ്ങനെ പറഞ്ഞത്.

> അവൾ അയാളെ കിടക്കമുറിയിലേക്ക് കൂട്ടിക്കൊണ്ടുപോയി. എന്നിട്ട് ലൈറ്റ് അണയ്ക്കാതെ ലജ്ജാനാട്യമൊന്നും കൂടാതെ അവൾ വസ്ത്രങ്ങൾ അഴിച്ചുതുടങ്ങി. ആത്മനിയന്ത്രണം വീണ്ടെടുക്കാൻ ശ്രമിച്ചുകൊണ്ട് ഫ്ളോറന്റിനോ അരീസ കിടക്കയിൽ മലർന്നുകിടക്കുകയായിരുന്നു. താൻ കൊല ചെയ്ത കടുവയുടെ തൊലികൊണ്ട് ഇനി എന്തുചെയ്യണമെന്നറിയാതെ അയാളങ്ങനെ കിടന്നു. അവൾ പറഞ്ഞു. 'ഇങ്ങോട്ടു നോക്കരുത്.' മച്ചിൽനിന്നും കണ്ണുകളെടുക്കാതെതന്നെ, എന്തുകൊണ്ടെന്ന് അയാൾ ചോദിച്ചു.
>
> 'നിങ്ങൾക്ക് ഇഷ്ടപ്പെടില്ല എന്നതുതന്നെ കാരണം.'
>
> അപ്പോൾ അയാൾ അവളെ നോക്കുകയും അരവരെ നഗ്നയായിരുന്ന അവളെ അയാൾ മനസ്സിൽ കണ്ടിരുന്ന അതേരൂപത്തിൽ കാണുകയും ചെയ്തു. ജരബാധിച്ച ചുമലുകൾ; തൂങ്ങിക്കിടക്കുന്ന മുലകൾ. അവളുടെ ചർമ്മം ഒരു തവളയുടേതുപോലെ വിളറി മരവിച്ചിരിക്കുന്നു. ചുക്കിച്ചുളുങ്ങിയ ആ തൊലികൊണ്ട് മൂടിയ വാരിയെല്ലുകൾ. തൊട്ടുമുമ്പുമാത്രം ഊരിമാറ്റിയ ബ്ലൗസുകൊണ്ട് അവൾ തന്റെ മാറിടം മറച്ചിട്ട്, ലൈറ്റണച്ചു. അപ്പോൾ അയാൾ എഴുന്നേറ്റിരുന്ന് ഇരുട്ടിൽ തന്റെ വസ്ത്രങ്ങളൊക്കെയും അഴിക്കാൻ തുടങ്ങി; ഊരിയ വസ്ത്രങ്ങളെല്ലാം അയാൾ ഒന്നൊന്നായി അവളുടെ നേർക്ക് വലിച്ചെറിഞ്ഞു. അവളാകട്ടെ ചിരിച്ചുചിരിച്ച് താൻ ചാകാൻ പോവുകയാണെന്നമട്ടിൽ ചിരി തുടർന്നിട്ട് ഒന്നൊന്നായി ആ വസ്ത്രങ്ങളെല്ലാം അയാൾക്കു നേരെ തിരിച്ചെറിഞ്ഞു.

ആ ദിവസത്തെ തന്റെ ലൈംഗികശേഷിയില്ലായ്മയ്ക്ക് അയാൾ പഴിക്കുന്നത് ഫെർമിനയോടുള്ള അമിതപ്രേമത്തെയാണ്. അയാൾക്ക് നാണക്കേടുതോന്നി; അയാൾ തന്നോടുതന്നെ ദേഷ്യപ്പെട്ടു. മാത്രമല്ല, തന്റെ

പരാജയത്തിന് അവളെ പഴിപറയാൻ പറ്റിയ എന്തെങ്കിലും കാരണത്തിന് അയാൾ കാത്തിരിക്കുകയുമായിരുന്നു. അക്കാര്യം അവൾക്ക് അറിയാമായിരുന്നു. അതിനാൽ അവൾ അയാളുടെ നിസ്സഹായാവസ്ഥയിൽ കിടന്ന ശരീരത്തെ കളിയായുള്ള തലോടലിലൂടെ, ഒരു പൂച്ചക്കുട്ടി ക്രൂരത കാട്ടി രസിക്കുന്നമാതിരി പ്രകോപിപ്പിച്ചു. പിന്നെ, ഈ രക്തസാക്ഷിത്വത്തിന്റെ പീഡാനുഭവം തനിക്കിനി താങ്ങാനാവില്ലെന്ന അവസ്ഥയിൽ എത്തിയപ്പോൾ അയാൾ തന്റെ ക്യാബിനിലേക്ക് മടങ്ങി. എന്നാൽ അടുത്ത തവണ അവർക്ക് വേഴ്ച സാദ്ധ്യമാകുന്നു - ചെറുപ്പകാലത്തെ പ്രണയത്തിന് അറുപതുവർഷത്തിനുശേഷം ഉണ്ടായ സാഫല്യം!

> എന്നാൽ പുതു ചൈതന്യത്തോടെ നവജീവൻ നേടിക്കൊണ്ട് അന്ന് പതിനൊന്നുമണിക്ക് അയാൾ മടങ്ങിയെത്തി; അസാധാരണ സമയത്ത്. എന്നിട്ട് അവളുടെ മുന്നിൽവെച്ചുതന്നെ ഒരു പ്രകടനാത്മകതയോടെ അയാൾ തന്റെ തുണി അഴിച്ചു. ഇരുട്ടിൽ അയാളെ സങ്കല്പത്തിൽ മാത്രം കണ്ടിരുന്ന അതേ രൂപത്തിൽത്തന്നെ വെളിച്ചത്തിലും കണ്ടതിൽ അവൾ സംതൃപ്തയായി: തുറന്നുവെച്ച ഒരു കുടപോലെ മുറുകിത്തിളങ്ങുന്ന ഇരുണ്ട തൊലിയുള്ള പ്രായാതീതനായ ഒരു മനുഷ്യൻ. കക്ഷത്തിലും നാഭിപ്രദേശത്തും മാത്രമുള്ള ഏതാനും രോമങ്ങൾ ഒഴിവാക്കിയാൽ ഒട്ടുംതന്നെ മുടി അയാൾക്കില്ലായിരുന്നു. യുദ്ധസജ്ജമായിത്തന്നെയാണ് അയാൾ ഇത്തവണ എത്തിയത്. അയാൾ തന്റെ ആയുധം പുറത്തെടുത്ത് കാണിച്ചത് അവിചാരിതമായിട്ടായിരുന്നില്ലെന്നും അത് അയാൾക്ക് ധൈര്യം സമാഹരിക്കാനായി, യുദ്ധവിജയത്തിൽ നേടിയെടുത്ത വീരചിഹ്നം പോലെ അയാളത് പ്രദർശിപ്പിക്കുകയാണെന്നും അവൾക്ക് ബോദ്ധ്യമായി. പ്രഭാതത്തിലെ ഇളംകാറ്റ് വീശിത്തുടങ്ങിയപ്പോൾ അവൾ ധരിച്ചിരുന്ന നിശാവസ്ത്രം ഊരിമാറ്റാൻ പോലും അയാൾ അവൾക്ക് സമയം നല്കിയില്ല. ഒരു തുടക്കക്കാരന്റെ മട്ടിലുള്ള അയാളുടെ ധൃതികണ്ട് സഹതാപത്താൽ അവൾ വിറപൂണ്ടു. എന്നാൽ അതവളെ ശല്യപ്പെടുത്തിയില്ല; കാരണം ഇത്തരം അവസ്ഥകളിൽ കാരുണ്യവും പ്രേമവും തമ്മിൽ വേർതിരിച്ചറിയുക അത്ര എളുപ്പമുള്ള കാര്യമായിരുന്നില്ല. എന്നാൽ അത് സംഭവിച്ചു കഴിഞ്ഞപ്പോൾ ശൂന്യത മാത്രമാണ് അവൾക്ക് അനുഭവപ്പെട്ടത്.

ഇരുപതുവർഷങ്ങളിലേറെയായി ഇതാദ്യമായിട്ടായിരുന്നു അവൾ ലൈംഗികബന്ധത്തിലേർപ്പെട്ടത്. ഇത്രയും നീണ്ട ഇടവേളയ്ക്കുശേഷം തന്റെ ഈ പ്രായത്തിൽ അത് എങ്ങനെയുള്ള ഒരനുഭവമായിരിക്കുമെന്ന ജിജ്ഞാസയോടെ അവർ മടിച്ചുമടിച്ചു നില്ക്കുക

> യായിരുന്നു. എന്നാൽ പക്ഷേ, അവളുടെ ശരീരവും അയാളെ സ്നേഹിക്കുന്നുണ്ടോ എന്ന് കണ്ടെത്താൻ വേണ്ട സമയം അയാൾ അവൾക്ക് നല്കിയില്ല. അത് ധൃതിപിടിച്ചതും ദുഃഖാകുലവുമായിരുന്നു. അവൾ വിചാരിച്ചുപോയി: നമ്മളെല്ലാം കുഴപ്പത്തിൽ കൊണ്ടുചെന്നു ചാടിച്ചിരിക്കുന്നു. എന്നാൽ അവൾക്ക് തെറ്റു പറ്റിയതായിരുന്നു; അവർ ഇരുവർക്കും അനുഭവപ്പെട്ട നൈരാശ്യമെല്ലാം ഉണ്ടായിരുന്നിട്ടും പിന്നീടുള്ള ദിവസങ്ങളിൽ ഒന്നുംതന്നെ അവർ ഒരു നിമിഷംപോലും അകന്നിരുന്നില്ല. വേണ്ട രീതിയിൽ അത് ചെയ്യാൻ കഴിയാതെ പോയതിൽ അയാൾക്ക് വൈക്ലബ്യവും ഖേദവും തോന്നിയിരുന്നിട്ടും, അനിസ്റ്റി മദ്യം ഉണ്ടാക്കിയ ഭ്രാന്തോർത്ത് അവൾക്ക് പശ്ചാത്താപം തോന്നിയെങ്കിൽപ്പോലും പിന്നീടവർക്ക് അകന്നിരിക്കാനായില്ല.

ഇതൊക്കെയാണെങ്കിലും സാധാരണ പ്രേമകഥകളിലെപ്പോലെ ഇവരുടെ പ്രേമസാഫല്യത്തെ അനാവശ്യമായി ആദർശവല്ക്കരിക്കാൻ മാർകേസ് എന്ന റിയലിസ്റ്റ് മുതിരുന്നില്ല. ലൈംഗികതയുടെ കാര്യത്തിൽ ഫ്ളോറന്റിനോ എന്ന വൃദ്ധൻ തണുപ്പനാണ്. ഇരുവർക്കും ഇതിൽ നിരാശയുണ്ട്. അതിനാൽ, അവർ പിന്നീട് വേഴ്ചയ്ക്ക് മുതിരുന്നില്ല. 'ഒരുമിച്ച് കഴിയുന്ന'തിന്റെ ലളിതമായ സന്തോഷത്തിൽ സംതൃപ്തരാണവർ.

കോളറകാലത്തെ പ്രണയം എന്ന ശീർഷകത്തിന് നോവലിലെ പല ഘടകങ്ങളുമായി ബന്ധമുണ്ട്. ഉർബിനോ, ഫെർമിന ഡാസയെ ആദ്യം കാണുന്നത് നാട്ടിൽ കോളറപടർന്ന കാലത്താണ്. മകൾക്ക് കോളറയാണെന്ന് ഭയന്ന അച്ഛന് അവളെ ചികിത്സിക്കാൻ ഉർബിനോയെ വരുത്തുന്നു. എന്നാൽ അതൊരു ചെറിയ വയറുവേദനയായിരുന്നു എന്ന് ഉർബിനോ കണ്ടെത്തി. പ്രണയരോഗം മൂർദ്ധന്യാവസ്ഥയിലായപ്പോൾ ഫ്ളോറന്റിനോ അരീസ കോളറ രോഗത്തിന്റെ ലക്ഷണങ്ങൾ കാണിച്ചിരുന്നു. ഒടുവിൽ, ഉർബിനോയുടെ മരണം കഴിഞ്ഞ് രണ്ടു വർഷത്തിനുശേഷം ഫെർമിന തന്നെ അവരുടെ വീട്ടിലേക്ക് ക്ഷണിച്ച ദിവസം ഫ്ളോറന്റിനോയ്ക്ക് 'അവിസ്മരണീയമായ ഒരു അതിസാരാഘാതം' ഉണ്ടാകുന്നു. നോവലിന്റെ ഒടുവിൽ ഫെർമിനയുമായി ബോട്ടുയാത്രയ്ക്കൊരുങ്ങുന്ന ഫ്ളോറന്റിനോ തങ്ങളുടെ സ്വകാര്യതയെ സംരക്ഷിക്കാനുപയോഗിക്കുന്ന മാർഗ്ഗം 'കോളറക്കൊടി'യാണ്. ബോട്ടിൽ കോളറബാധയുണ്ടെന്ന വ്യാജേന മറ്റുയാത്രക്കാരെയും സാധനങ്ങളെയും മറ്റൊരു ബോട്ടിലേക്ക് മാറ്റി. സ്വദേശത്ത് തിരിച്ചെത്തിയപ്പോൾ മാത്രമാണ് പ്രശ്നമുണ്ടാകുന്നത്– ആരോഗ്യവകുപ്പിലെ ഉദ്യോഗസ്ഥർ ബോട്ടിന് നങ്കൂരമിടാൻ അനുമതി നിഷേധിക്കുന്നു. തന്റെ പ്രേമത്തിന്റെയും കോളറക്കൊടിയുടെയും തണലിൽ ഫെർമിനയെ

'ലോകാവസാനം വരെ' സൂക്ഷിക്കാൻ ഫ്ളോറന്റിനോയും തീരുമാനിക്കുന്നു.

> ഇമവെട്ടാതെ ഫ്ളോറന്റിനോ അരീസ അയാളെ ശ്രദ്ധിച്ചുകൊണ്ടേയിരുന്നു. എന്നിട്ട് അയാൾ നിയന്ത്രണമുറിയുടെ ജനാലയിൽക്കൂടി വടക്കുനോക്കിയന്ത്രത്തിന്റെ പൂർണ്ണവൃത്തത്തിലേക്ക് നോക്കി. പിന്നെ തെളിഞ്ഞ ചക്രവാളത്തിലേക്കും ഒരു മേഘശകലം പോലുമില്ലാത്ത ഡിസംബറിന്റെ നീലാകാശത്തിലേക്കും എന്നെന്നേക്കുമായി കപ്പലോടിക്കാൻ പറ്റിയ അനന്തമായ ജലാശയങ്ങളിലേക്കും അയാൾ നോക്കി; എന്നിട്ടു പറഞ്ഞു: "തിരികെ നമുക്ക് ലാ ഡൊറാഡയിലേക്ക് പോയിപോയി പോയിക്കൊണ്ടേയിരിക്കാം." ഫെർമിന ഡാസ ഞെട്ടിവിറച്ചു പോയി. കാരണം, പരിശുദ്ധാത്മാവിന്റെ കാരുണ്യത്താൽ പ്രകാശിപ്പിക്കപ്പെട്ട അയാളുടെ പണ്ടത്തെ ശബ്ദം അയാൾ തിരിച്ചറിഞ്ഞു. എന്നിട്ട് അവൾ ക്യാപ്റ്റനെ നോക്കി: അയാളായിരുന്നു അവർക്കായുള്ള ദൈവേച്ഛയുടെ നടത്തിപ്പുകാരൻ. പ്രചോദിതനായിത്തീരാനുള്ള ഫ്ളോറന്റിനോ അരീസയുടെ ഭയങ്കരമായ ശക്തികൊണ്ട് അത്ഭുതസ്തബ്ധനായിത്തീർന്ന ക്യാപ്റ്റൻ അവളെ ശ്രദ്ധിച്ചില്ല. "നിങ്ങൾ പറയുന്നത് ശരിക്കും നിങ്ങൾ അർത്ഥമാക്കുന്നുണ്ടോ?" അയാൾ ചോദിച്ചു. "ഞാൻ ജനിച്ചു വീണ ദിവസംതൊട്ട്" ഫ്ളോറന്റിനോ അരീസ പറഞ്ഞു, "കാര്യമായിട്ടല്ലാതെ ഒരു കാര്യവും ഞാൻ പറഞ്ഞിട്ടില്ല."
>
> ക്യാപ്റ്റൻ ഫെർമിന ഡാസയെ നോക്കി. അവളുടെ ഇമപ്പീലികളിൽ ഹേമന്തതുഷാരത്തിന്റെ ആദ്യസ്ഫുരണങ്ങൾ അയാൾ കണ്ടു. എന്നിട്ട് ഫ്ളോറന്റിനോ അരീസയെയും അവരുടെ ഭയരഹിതമായ പ്രണയത്തെയും അയാൾ നോക്കിക്കണ്ടു. അപ്പോൾ മരണത്തേക്കാൾ ഉപരിജീവിതമാണ് സീമാതീതമെന്ന വൈകിയുദിച്ച സംശയത്താൽ അയാൾ കീഴടക്കപ്പെട്ടു.
>
> "ഈ നാശംപിടിച്ച വരവും പോക്കും നമുക്ക് എത്രകാലം തുടരാമെന്നാണ് നിങ്ങൾ കരുതുന്നത്?" അയാൾ ചോദിച്ചു. അൻപത്തിമൂന്നു വർഷങ്ങളും ഏഴുമാസങ്ങളും പതിനൊന്ന് ദിനരാത്രങ്ങളുമായി ഫ്ളോറന്റിനോ അരീസ തന്റെ മറുപടി തയ്യാറാക്കിവെച്ചിരുന്നു. "എന്നെന്നേക്കും," അയാൾ പറഞ്ഞു.

അക്ഷരാർത്ഥത്തിലും പ്രതീകാത്മകമായും ഫ്ളോറന്റിനോയ്ക്കും ഫെർമിനയ്ക്കും തങ്ങളുടെ വാർദ്ധക്യത്തെ പുണർന്ന് 'അനന്തമായ' ജീവിതത്തെ കണ്ടെത്താൻ വഴിയൊരുക്കുകയാണ് നോവൽ ചെയ്യുന്നത്. പുതിയ വീക്ഷണത്തിലൂടെ പലതും കാണാനുള്ള കഴിവു നല്കുന്ന,

തുടർച്ചയായ കണ്ടെത്തലുകളുടെ കാലമാണ് വാർദ്ധക്യം-മാർകേസ് പറയുന്നതിതാണ്: "പ്രായമാകുന്നതിനെ സജീവമായ അവസ്ഥയായി ചിത്രീകരിക്കുന്നതിലൂടെ മനുഷ്യന് അവന്റെ സ്വന്തം മാനസിക വാർദ്ധക്യത്തെയെങ്കിലും നിയന്ത്രിക്കാനാവുമെന്നാണ് മാർകേസ് കാട്ടിത്തരുന്നത്. 'മനുഷ്യൻ ഒറ്റത്തവണത്തേക്കു മാത്രമല്ല ജനിക്കുന്നത്, പല തവണ സ്വയം ജന്മം നല്കാനുള്ള ബാദ്ധ്യത അവന് ജീവിതം നല്കുന്നുണ്ട്' എന്ന നിരീക്ഷണത്തിലൂടെ ഈ ആശയം ദീപ്തവും ഉദാത്തവുമായി മാർകേസ് ആവിഷ്കരിച്ചിരിക്കുന്നു.

6

ചെക്കോവിന്റെ ആറാം വാർഡ്

അവർ അഞ്ചുപേരുണ്ട്. ഒരാൾ മാത്രമേ ഉന്നതകുലജാതനായി ട്ടുള്ളൂ. ബാക്കി നാലുപേരും സാധാരണക്കാരിൽ പെടുന്നവരാണ്. വാതിലിനടുത്തുള്ള കിടക്കയിലെ ദീർഘകായനും മെലിഞ്ഞവനും, നേർത്തു ചുവന്ന മീശയും കരഞ്ഞുകലങ്ങിയ മിഴികളും ഉള്ളവനും ആയ ആൾ തന്റെ കൈപ്പത്തിയിൽ മുഖം താങ്ങി തുറിച്ചു നോക്കി യിരിക്കുന്നു. രാപകലില്ലാതെ അയാൾ കരയുകയും നെടുവീർപ്പി ടുകയും വിങ്ങുകയും വികൃതമായി പുഞ്ചിരിക്കുകയും ചെയ്യുന്നു; അയാൾ സംഭാഷണങ്ങളിൽ അങ്ങനെ ഇടപെടുകയോ അന്വേഷ ണങ്ങൾക്കു മറുപടി നല്കുകയോ ചെയ്യാറില്ല. ഭക്ഷണ പാനീയ ങ്ങൾ നല്കുമ്പോൾ അയാൾ അതെടുത്തു യാന്ത്രികമായി ഉള്ളി ലാക്കുന്നു.

പത്തൊൻപതാം നൂറ്റാണ്ടിലെ റഷ്യയിലെ ആരോഗ്യ പരിപാലന ത്തിന്റെ അവസ്ഥ വിവരിക്കുന്ന ആന്റൺ ചെക്കോവിന്റെ *ആറാം വാർഡ്* എന്ന നോവലിന്റെ ആദ്യ ഭാഗത്ത് സമൂഹത്തിന്റെ ഒരു പരിച്ഛേദത്തെ യാണ് ഗ്രന്ഥകർത്താവ് നമുക്ക് നല്കുന്നത്. ആദ്യം നാം പരിചയപ്പെ ടുന്ന രോഗികളുടെ ഇരിപ്പുപോലും ഈ ഹതാശക്തിയുടെ സങ്കടകരമായ തലത്തിലേക്ക് വിരൽ ചൂണ്ടുന്നു. ചികിത്സാശാസ്ത്രത്തിൽ ആധുനിക പ്രവണതകൾ ഉടലെടുക്കുന്നതിനുമുമ്പുള്ള കാലഘട്ടത്തിലെ കഥയാണെ ങ്കിലും അതിൽ ചെക്കോവ് ഉന്നയിക്കുന്ന പല ചോദ്യങ്ങളും ഇന്നും പ്രസ ക്തമാണ്. ചികിത്സാരംഗത്തെ, വിശേഷിച്ചും മനോരോഗചികിത്സയിലെ ധാർമ്മിക പ്രതിസന്ധികളെ ഈ കൃതിയിൽ ചെക്കോവ് പരിശോധിക്കു ന്നുണ്ട്. ആതുരശുശ്രൂഷയിൽ ഡോക്ടർമാരുടെ യഥാർത്ഥ പങ്കെന്തായി രിക്കണമെന്ന സമൂഹത്തിന്റെ പ്രതീക്ഷയും ഇവിടെ പരാമർശിക്കുന്നു.

ഈ നോവലിൽ രോഗവും മരണവുമായി ബന്ധപ്പെട്ട നൈതിക പ്രശ്ന ങ്ങളും ചെക്കോവ് ചർച്ച ചെയ്യുന്നു.

സാർ ചക്രവർത്തിയുടെ കാലത്തെ റഷ്യയുടെ പശ്ചാത്തലത്തിലുള്ള ഈ കൃതി മനുഷ്യജീവിതത്തെയും ചികിത്സാശാസ്ത്രത്തെയും തത്ത്വ ചിന്തയുടെ തലത്തിൽ സ്പർശിക്കുന്നു. മനുഷ്യന്റെ വേദനയെ ഇല്ലാതാ ക്കാൻ മരുന്നിന് കഴിയുന്നില്ലല്ലോ എന്ന ചിന്ത ഇതിൽ വരുന്നുണ്ട്. ജനങ്ങ ളുടെ ശാരീരികവും ആത്മീയവും ബൗദ്ധികവുമായ ജീവിതത്തെ വളർത്തു ന്നതിൽ സമൂഹത്തിനുള്ള പങ്കിനെപ്പറ്റിയും ചെക്കോവ് പ്രതിപാദിക്കുന്നു. മനോരോഗാശുപത്രി എന്ന ആശയത്തെത്തന്നെ പീഡനമെന്നും ശിക്ഷ യെന്നും വിശേഷിപ്പിച്ച് അപലപിക്കുന്ന ചെക്കോവ് ഈ കൃതിയിലൂടെ മനുഷ്യത്വം നിറഞ്ഞ മനോരോഗചികിത്സയുടെ ആവശ്യകതയിലേക്ക് വിരൽചൂണ്ടുകയാണ് ചെയ്യുന്നത്. ചികിത്സാശാസ്ത്രത്തിലും മനോരോഗ ചികിത്സാരീതികളിലും പില്ക്കാലത്ത് ഒട്ടേറെ പരിവർത്തനങ്ങളുണ്ടായെ ങ്കിലും 'ആറാം വാർഡി'ലെ പരാമർശങ്ങൾക്കിന്നും പ്രസക്തിയുണ്ട്. ദുഃഖവും ജീർണ്ണതയും കലർന്ന ആശുപത്രി അന്തരീക്ഷത്തിലാണ് ഈ കഥ നടക്കുന്നത്. നോവലിന്റെ തുടക്കംതന്നെ ആശുപത്രിയുടെ ജീർണ്ണാ ന്തരീക്ഷത്തെ സൂചിപ്പിക്കുന്നു.

> ആശുപത്രിയുടെ പറമ്പിൽ ഒരുപഗൃഹമുണ്ട്. അതിനു ചുറ്റും ചൊറു തണവും, കാട്ടുചണവും കാടുപിടിച്ചു കിടക്കുന്നു. ആ കാട്ടിൽ നിന്നും അവിരാമം, ഒരു മർമ്മര ശബ്ദം ഉയർന്നുകൊണ്ടിരിക്കും. കെട്ടിടത്തിന്റെ മേല്ക്കൂരയും പുകക്കുഴലും അഴുക്കുപിടിച്ചതാണ്. മുൻവശത്തെ കല്പടവുകളിൽ വളർന്നുമുറ്റിയ പുല്ലുകൾ കടന്നാ ക്രമണം നടത്തിയിരിക്കുന്നു. ചുവരിൽ വെള്ളതേച്ചതിന്റെ നേരിയ ലക്ഷണമേ ഉള്ളൂ. ആ കെട്ടിടം ആശുപത്രിക്കഭിമുഖമായും പാട ത്തിനു പുറന്തിരിഞ്ഞുമാണ് നില്ക്കുന്നത്. പാടത്തിൽനിന്നും അതിനെ വേർതിരിക്കുന്നത് പഴകിക്കഴിഞ്ഞ ഒരു മുള്ളുവേലിയാണ്. മുകളിലേക്കുന്നം വെച്ചു നില്ക്കുന്ന മുള്ളുകളും, ആ വേലിയും, ആ ഉപഗൃഹംതന്നെയും ഈശ്വരൻകൂടി മറന്നുകഴിഞ്ഞ ഞങ്ങളുടെ ആശുപത്രിയുടെയും ജയിലിന്റെയും നൈസർഗ്ഗിക സ്വഭാവത്തിന്റെ ഒരു ഘടകം പോലെ നിന്നിരുന്നു.

മറ്റൊരു തൊഴിലിനോടുള്ള ഭ്രമത്തോട് മല്ലടിക്കുന്ന ഒരു ഭിഷഗ്വരന്റെ ചിത്രമാണ് *ആറാം വാർഡ്* എന്ന് വേണമെങ്കിൽ പറയാം. മെഡിക്കൽ ജീവിതത്തിനുമുമ്പുതന്നെ സാഹിത്യ ജീവിതം തുടങ്ങിയ ആന്റൺ ചെക്കോവിനെപ്പോലെ ഈ കൃതിയിലെ മുഖ്യ കഥാപാത്രം ആൻഡ്രേയി ഫിമിച്ചും ചികിത്സാവൃത്തി തുടങ്ങും മുമ്പ് മറ്റൊരു തൊഴിലിൽ വ്യാപൃ തനാവുന്നുണ്ട്. റാഗിൻ വൈദികവൃത്തിയിലേക്ക് തയ്യാറെടുത്തപ്പോഴാണ് ഭിഷഗ്വരനായ അച്ഛൻ എതിർപ്പുമായി വന്നത്. ശാസ്ത്രത്തിലോ വൈദ്യ

ശാസ്ത്രത്തിലോ തനിക്ക് താല്പര്യമില്ലെന്ന് റാഗിൻതന്നെ പലപ്പോഴും തുറന്നുപറഞ്ഞിട്ടുള്ളതുമാണ്. എങ്കിലും ഒടുവിൽ അയാൾ വൈദ്യശാസ്ത്രത്തിലേക്കുതന്നെ തിരിയുന്നു. വൈദ്യശാസ്ത്രത്തിൽ പരിശീലനം സിദ്ധിച്ച ചെക്കോവാകട്ടെ സാഹിത്യ രചനയ്ക്കായി ഇടയ്ക്കിടെ അതിൽനിന്ന് വിട്ടുനിന്നു. റാഗിൻ എന്ന കഥാപാത്രത്തിലൂടെ സ്വന്തം തൊഴിൽഅഭിരുചിയുടെ സ്ഥിരതയില്ലായ്മ നല്കിയ സംഘർഷത്തെ നേരിടുകയാണ് ചെക്കോവ് ചെയ്യുന്നത്. ഒപ്പം രോഗങ്ങളെ ഭേദപ്പെടുത്താനുള്ള വൈദ്യശാസ്ത്രത്തിന്റെ കഴിവിൽ അദ്ദേഹം സംശയം പ്രകടിപ്പിക്കുകയുമാണ്.

ഒരു ചികിത്സകൻ എന്ന നിലയിൽ റാഗിൻ പരാജയപ്പെടുന്നതിന്റെ ഒരു കാരണം വൈദ്യത്തിൽ അയാളുടെ താല്പര്യക്കുറവാകാം. എന്നാൽ ആശുപത്രികളിലെ ചികിത്സാപരമായ കഴിവുകേടുകളാണ് അതിന്റെ മുഖ്യ കാരണം. ഒരു ദോഷൈകദൃക്കായി മാറിയ റാഗിൻ ചിലപ്പോൾ വൈദ്യശാസ്ത്രത്തിന്റെ ലക്ഷ്യത്തെപ്പറ്റി അടിസ്ഥാനപരവും തത്ത്വചിന്താപരമവുമായ ചോദ്യങ്ങൾ ഉന്നയിക്കുന്നുണ്ട്. ലൂയി പാസ്റ്ററി[1] (Louis Pasteur)ന്റെയും റോബർട്ട് കോക്കി[2] (Robert Koch)ന്റെയും മറ്റും വിപ്ലവകരമായ കണ്ടെത്തലുകൾ വൈദ്യശാസ്ത്രരംഗത്തെ മാറ്റിമറിച്ചിട്ടുണ്ടെങ്കിലും രോഗത്തെയും യാതനയെയും മരണത്തെയും അതിജീവിക്കാൻ വൈദ്യരംഗത്തെ പുരോഗതിക്കാവാത്തതിൽ അയാൾ ദുഃഖിക്കുന്നു.

> രോഗാണുക്കളെ സംഹരിക്കുന്ന മരുന്നുകളും, പാസ്റ്ററും, കോക്കും ആവശ്യമായ വ്യതിയാനങ്ങളൊന്നും വരുത്തിയിട്ടില്ല. സദാചാരവും രോഗങ്ങളും നിന്നിടത്തുതന്നെ സ്ഥിതിചെയ്യുന്നു. മാനസിക രോഗ ചികിത്സകളിൽ നാടകാഭിനയവും നൃത്തങ്ങളും ഏർപ്പെടുത്തിയിരിക്കുന്നു. പക്ഷേ, അവർ തടങ്കലിൽനിന്നും മുക്തരാക്കപ്പെട്ടിട്ടില്ല. അപ്പോൾ എല്ലാം അർദ്ധശൂന്യവും നിഷ്ഫലവുമാണ്.

മനോനില തെറ്റാത്തവരും അതു തെറ്റിയവരും തമ്മിലുള്ള സാദൃശ്യമെന്ന വിരോധാഭാസമാണ് ഈ കൃതിയിലെ മുഖ്യ ചർച്ചാവിഷയം. ഭ്രാന്തനെന്ന് വിശേഷിപ്പിക്കപ്പെടുന്ന രോഗിയും സമനിലയുണ്ടെന്ന് കരുതപ്പെടുന്ന ചികിത്സകനും തമ്മിലുള്ള 'അന്തരം' കാണിക്കുന്നത് ബുദ്ധിസ്ഥിരതയുടെ വികലമായ മാനദണ്ഡങ്ങളോടും മനോരോഗികളോടുള്ള മനുഷ്യത്വരഹിതമായ സമീപനത്തോടും ചെക്കോവ് പുലർത്തിയിരുന്ന അതൃപ്തിയാണ്. ഇവാൻ ഡിമിറ്റ്റോമിച്ച് ഗ്രോമോവ് എന്ന ബുദ്ധിമാനായ രോഗിയുമായുള്ള ഇടപഴകലും ആശയവിനിമയവുമാണ് ഒരു ചികിത്സകൻ എന്ന നിലയിലുള്ള റാഗിന്റെ ആശയങ്ങളിൽ മാറ്റം വരുത്തിയത്.

---

1. ലൂയി പാസ്റ്റർ (1822–95) ഫ്രഞ്ച് ജീവശാസ്ത്രജ്ഞൻ; രോഗാണുസിദ്ധാന്തത്തിന്റെ ഉപജ്ഞാതാവ്.
2. റോബർട്ട് കോക്ക് (1843–1910): ജർമ്മൻ ഭിഷഗ്വരൻ, കോളറയുടെയും ക്ഷയരോഗത്തിന്റെയും രോഗാണുക്കളെ കണ്ടുപിടിച്ചു. 1905 ൽ നോബൽ സമ്മാനം ലഭിച്ചു.

ഭ്രാന്തനെന്ന് മറ്റു ഡോക്ടർമാർ തീരുമാനിച്ച ഗ്രോമോവിനോട് സമനിലയുള്ളവനോടെന്നപോലെ റാഗിൻ സംസാരിക്കുമ്പോഴാണ് കഥ ഒരു വഴിത്തിരിവിലെത്തുന്നത്. ഗ്രോമോവിന്റെ സംസാരത്തിൽ സത്യവും യുക്തിയും കണ്ടെത്തുന്നതോടെ റാഗിന് നഷ്ടമാകുന്നത് ഒരു ഡോക്ടറെന്ന നിലയിലുള്ള തന്റെ പ്രതിച്ഛായയാണ്. ഗ്രോമോവുമായുള്ള തത്ത്വജ്ഞാനപരമായ ചർച്ചകൾ റാഗിന് പല രീതിയിൽ ബൗദ്ധിക പ്രചോദനവും ഉണർവ്വും നല്കിയെങ്കിലും ഈ ബന്ധം തന്നെയാണ് റാഗിന്റെ അന്ത്യത്തിലേക്ക് നയിക്കുന്നതും.

ഗ്രോമോവിന്റെയും റാഗിന്റെയും അനുഭവങ്ങൾ മനോരോഗത്തിന്റെ രീതിയെയും ചികിത്സാപരമായ വിലയിരുത്തലിനെയുംപറ്റിയുള്ള അടിസ്ഥാനപരമായ ചോദ്യങ്ങളാണ് ഉയർത്തുന്നത്. ഗ്രോമോവിന്റെ രോഗത്തെപ്പറ്റിയുള്ള നീണ്ട വിവരണത്തിൽനിന്ന് അയാൾ കേവലം സംശയരോഗി മാത്രമാണെന്നും ഭ്രാന്തനല്ലെന്നും വ്യക്തമാണ്. രണ്ട് അയൽക്കാരുടെ കൊലപാതകത്തിൽ തന്നെ പ്രതിയാക്കുമെന്ന് ഭയന്ന് അയാൾ മറ്റുള്ളവരിൽനിന്ന് ഒഴിഞ്ഞുനില്ക്കുന്നു. ഈ ശീലം അയാൾക്ക് ഭ്രാന്താണെന്ന തോന്നൽ ഉണ്ടാക്കുന്നു. വ്യക്തമായ തെളിവുകളൊന്നുമില്ലാതെതന്നെ സ്വബോധം അയാളോട് വിടപറഞ്ഞതായി ചികിത്സകർ പ്രഖ്യാപിക്കുന്നു. ആദ്യം ഗുഹ്യരോഗചികിത്സയ്ക്കായി അയാളെ അയച്ചു. പിന്നീടാണ് മാനസികരോഗമുണ്ടെന്ന കണ്ടെത്തലിലൂടെ ആറാം വാർഡിലേക്ക് വിടുന്നത്. ഗ്രോമോവ് നേരിടുന്ന വ്യക്തിപരമായ പ്രശ്നങ്ങളെ തെറ്റായി വ്യാഖ്യാനിച്ച് അയാളെ അന്യായമായി പീഡിപ്പിക്കുകയാണ് അവർ ചെയ്തത്.

ബുദ്ധിസ്ഥിരത നിശ്ചയിക്കാനായി സമൂഹം കണ്ടെത്തിയ മാനദണ്ഡങ്ങൾക്കൊപ്പം പോകാത്തവരെ ഭ്രാന്തരെന്ന് മുദ്രകുത്തുന്ന പതിവിനെ ചെക്കോവ് നിശിതമായി വിമർശിക്കുന്നുണ്ട്. ചിലർക്ക് ഭ്രാന്തായിത്തോന്നുന്നത് മറ്റു ചിലർക്ക് തത്ത്വജ്ഞാനമായി തോന്നിയേക്കാം. തത്ത്വചിന്തയെ പലപ്പോഴും ഭ്രാന്തായി തെറ്റിദ്ധരിക്കുകയാണ് സമൂഹം ചെയ്യുന്നത്.

റാഗിന് ഭ്രാന്താണെന്ന് തീർച്ചയാക്കാൻ വേണ്ടത്ര തെളിവുകൾ കഥയിലില്ല. ഡോക്ടർ ആശുപത്രിയിലെ മനോരോഗികളുമായി ചർച്ച നടത്തുന്നു എന്ന അടക്കം പറച്ചിലുകളിലൂടെയാണ് റാഗിന്റെ പ്രശ്നം തുടങ്ങുന്നത്. ഗ്രോമോവിന്റെയടുത്ത് വളരെ നേരം ഇരുന്ന് സംസാരിക്കുന്നതോടെ ഈ ധാരണയ്ക്ക് ശക്തിയേറി. കണ്ടുനിന്നവർക്ക് ഗ്രോമോവുമായി റാഗിൻ നടത്തിയ തത്ത്വജ്ഞാനത്തിന്റെ ആത്മാവുതേടിയ ചർച്ചകളെ മനോരോഗമായി മാത്രമേ കാണാൻ കഴിഞ്ഞുള്ളൂ.

റാഗിന്റെ 'ഭ്രാന്ത്' വിലയിരുത്തി ശരിവയ്ക്കുന്ന രീതിയിലും അനീതി കാണുന്നുണ്ട്. ഒരു പട്ടാളമേധാവിയും സ്കൂൾ അധികാരിയും ജനപ്രതിനിധിയും മറ്റൊരിടത്തെ ഡോക്ടറും ചേർന്ന് റാഗിനെ ചോദ്യം ചെയ്യുന്നു. നീതിപൂർവ്വമോ നിയമാനുസൃതമോ അല്ലാത്ത ഈ ചോദ്യം ചെയ്യലിനെ എതിർത്ത റാഗിന്റെ പെരുമാറ്റത്തെ ചൂണ്ടിക്കാട്ടി അവർ അയാളെ ഭ്രാന്ത

നെന്ന് മുദ്രകുത്തി ആറാം വാർഡിലേക്കയക്കുന്നു. രോഗനിർണ്ണയത്തിലെ മനുഷ്യത്വരഹിതമായ രീതികളാണിവിടെ ദൃശ്യമാകുന്നത്. തുടർന്നുള്ള ചികിത്സയാകട്ടെ, കൊടിയ പീഡനമായി മാറുന്നു.

ചികിത്സകരുടെ സമൂഹം ഒരു ഭിഷഗ്വരനായ തന്നെ അന്യായമായി ഭ്രാന്തനെന്ന് മുദ്രകുത്തിയതിനെ എതിർത്ത് റാഗിൻ പൊട്ടിത്തെറിക്കുന്നു. എന്നാൽ ഈ പ്രതികരണത്തെ മുഴുഭ്രാന്തിന്റെ ലക്ഷണമായി വിലയിരുത്താനാണ് റാഗിന്റെ സഹപ്രവർത്തകർ തീരുമാനിച്ചത്.

പല രോഗങ്ങൾക്കും ചികിത്സ നല്കാൻ കഴിയാതെ ഭിഷഗ്വരവൃത്തിയിലുള്ള വിശ്വാസം നഷ്ടപ്പെട്ട റാഗിൻ തന്റെയും സഹപ്രവർത്തകരുടെയും പെരുമാറ്റത്തിൽ നിരാശനാകുന്നു. സ്വന്തം അവസ്ഥയുടെ 'രോഗനിർണ്ണയം' അയാൾ നടത്തുന്നു. മനോരോഗിയായല്ല ഒരു ക്രൂരതയുടെ ഇരയായാണ് അയാൾ സ്വയം വിലയിരുത്തിയത്. ഒരുവശത്ത് മനോരോഗം കണ്ടെത്താനും ചികിത്സിക്കാനും ശേഷിയില്ലാത്ത ചികിത്സാരംഗത്തിന്റെ ഇര. മറ്റൊരുരീതിയിൽ പറഞ്ഞാൽ, ശരിയായ ബൗദ്ധികജീവിതത്തെ മനസ്സിലാക്കാനും ഉൾക്കൊള്ളാനും കെല്പില്ലാത്ത സമൂഹത്തിന്റെ ഇര. മനസ്സിന് സ്ഥിരതയുള്ളവരിൽ കണ്ടെത്താനാവാത്ത സാമൂഹിക ബൗദ്ധികതലമാണ് റാഗിൻ തേടിയതും ഭ്രാന്തരിൽ കണ്ടെത്തിയതും. ബൗദ്ധികമായ ഔന്നത്യത്തെ ചവിട്ടിത്താഴ്ത്തുന്ന, നിലവാരമില്ലായ്മയെ വാഴ്ത്തുന്ന ഒരു സമൂഹത്തിന്റെ വീഴ്ചയിലേക്കാണ് ചെക്കോവ് ഇതിലൂടെ വിരൽചൂണ്ടുന്നത്. ആദർശശാലികളായി തുടങ്ങി ഈ അന്യായമായ വ്യവസ്ഥിതിക്ക് വശപ്പെടുന്ന ചെക്കോവിന്റെ മറ്റ് ഡോക്ടർ കഥാപാത്രങ്ങൾക്ക് റാഗിന്റെ ചില സ്വഭാവങ്ങളുമായി സാമ്യം കണ്ടേക്കാം. എന്നാൽ ആശുപത്രിയിൽ രോഗിയായി കഴിഞ്ഞ റാഗിൻ പലതും അറിയുന്നു. വേദനയും രോഗവും അറിയുന്നവനേ നല്ല ചികിത്സകനാകാൻ കഴിയൂ എന്ന് ഗ്രോമോവ് പറഞ്ഞതിലെ ശരി അയാളറിയുന്നു. വേദനയുടെയും യാതനയുടെയും അർത്ഥം ആശുപത്രിയിലെ മർദ്ദനത്തിലൂടെയും പീഡനതുല്യമായ ചികിത്സയിലൂടെയും അയാൾ അറിയുന്നു. നികിത എന്ന ഗാർഡിന്റെ അടിയേറ്റുവീണ റാഗിൻ അറിഞ്ഞത് തന്റെ രോഗികൾ കാലാകാലങ്ങളിലനുഭവിച്ച വേദനയുടെ തീവ്രതയാണ്. ഈ അറിവ് സ്വന്തമായതോടെ ഭ്രാന്തിന്റെയും ബുദ്ധിസ്ഥിരതയുടെയും ലോകങ്ങളുമായി പൊരുത്തപ്പെടാനാവാതെ പതുക്കെ റാഗിൻ മരിക്കുന്നു. മരണസമയത്ത് സത്യത്തിന്റെ തിരിച്ചറിവും വെളിച്ചവും അയാളിലെത്തുന്നു.

> അൻഡ്രേയിഫിമിച്ച് ശ്വാസോച്ഛ്വാസം കഴിക്കാൻകൂടി ശ്രമിക്കാതെ, ഇനിയും മർദ്ദിക്കപ്പെടുന്ന നിമിഷത്തെപ്പറ്റി ചകിതനായി കിടന്നു. ആരോ ഒരു അരിവാളെടുത്തു തന്റെ ദേഹത്തു കുത്തിയിറക്കിയിരിക്കുന്നതായും അതു നെഞ്ചിലും ഉദരത്തിലും ഇട്ടു പല പ്രാവശ്യം കറക്കി വലിക്കപ്പെടുന്നതായും അദ്ദേഹത്തിനു തോന്നി. ആ വേദനകൊണ്ട് അദ്ദേഹം തലയിണയിൽ കടിക്കുകയും പല്ലുകൾ

> ചേർത്തുവലിക്കുകയും ചെയ്തു. അദ്ദേഹത്തിന്റെ ശൂന്യമായ ചേതനയിൽ മിന്നൽപ്പിണരുപോലെ ഭീകരവും സഹിക്കാനാവാത്തതുമായ ഒരു ചിന്ത വന്നുദിച്ചു; താൻ അനുഭവിക്കുന്ന വേദന വത്സരങ്ങളായി, ഓരോ ദിവസവും യാതൊരു ഇടയും ഇല്ലാതെ, നിലാവിൽ തെളിയുന്ന ഇരുണ്ട നിഴലുകൾപോലെ, ഈ ആളുകൾ അനുഭവിക്കുകയായിരിക്കണം. ഇരുപതു വർഷമായി അറിയുകയോ, അറിയാൻ ആഗ്രഹിക്കാതിരിക്കുകയോ ചെയ്തതെന്താണ്? അദ്ദേഹം അതറിഞ്ഞില്ല. വേദനയെപ്പറ്റി ഒരു നേരിയ രൂപമെങ്കിലും അദ്ദേഹത്തിനില്ലായിരുന്നു.

ഒരു ചികിത്സകനെന്ന നിലയിൽ റാഗിന്റെയും രോഗാവസ്ഥയിലുള്ള മനുഷ്യന്റെ ആവശ്യങ്ങൾ അറിഞ്ഞു പ്രവർത്തിക്കുന്നതിൽ ചികിത്സാരംഗത്തിന്റെയും രോഗികളെ സംരക്ഷിക്കുന്നതിൽ സമൂഹത്തിന്റെയും പരാജയമാണ് ഈ കഥ നമുക്ക് കാട്ടിത്തരുന്നത്. മനുഷ്യന്റെ രോഗവും യാതനയും അല്പംപോലും കുറയ്ക്കാനാവാത്ത റഷ്യൻ വൈദ്യസേവന സംവിധാനത്തിന്റെ പ്രതിനിധിയാണ് റാഗിൻ. ഇതേ കാലയളവിൽ യൂറോപ്പിൽ പലയിടത്തും ആതുരസേവന രംഗത്തും വളരെയേറെ പുരോഗമനപരമായ ആശയങ്ങൾ നിലവിലുണ്ടായിരുന്നുതാനും. ഭ്രാന്തുള്ളവനെയും അതില്ലാത്തവനെയും തിരിച്ചറിയാൻ ശേഷിയില്ലാത്ത ഒരു സമൂഹത്തിന്റെ ബൗദ്ധിക-ആത്മീയ പാപ്പരത്തത്തിന്റെ പ്രതീകമാവുകയാണ് റാഗിൻ എന്ന ഡോക്ടർ. ശുഷ്കമായ മൂല്യങ്ങളും തൊഴിൽപരമായ നിർവ്വികാരതയും സാംസ്കാരിക വരൾച്ചയുംകൊണ്ട് രോഗഗ്രസ്തമായ ഒരു ലോകത്തിന്റെ ചിത്രമാണ് *ആറാം വാർഡ്* നല്കുന്നത്.

റഫറൻസുകൾ

ദസ്തയേവ്ക്സ്കിയുടെ ആനന്ദാപസ്മാരരോഗം

1. Cirignotta F, Todesco C V Lugaresi E, *Temporal Lobe Epilepsy with Ecstatic Seizures* (so called Dostoevsky epilepsy) *Epilepsia* 1980; 21:705-10.
2. Dalton E Unconscious Structure in the Idiot. *A study in Literature and Psychoanalysis*, Princeton, Princeton, University 1979; 71: 123-130.
3. Dostoevksy F M *Letters of Fydor Mikailovitch Dostoevsky to his Family and Friends.* Mayne EC (trans). New York: Horizon, 1961: 289-321.
4. Dostoevsky F M. *The Idiot.* Magarshack D (trans). Middlesex: Penguin Books: 1983:243:244-252.
5. Freud S *Civilization and its Discontents.* Strachey (trans). New York WW Norton 1961:11.
6. Gastaut H Fydor Mikahilovitch Dostoevesky's Involuntary Contribution to the Symptomatology and Prognosis of Epilepsy. *Epilepsia* 1978:19;186-201.
7. Kiloh L G *The Epilepsy of Dostoevsky*. Psychiatr Dev. 1986:1:31-44.
8. Mikasanek T Dostoevsky's *The Idiot and Psychic Disorders in Epilepsy.* Perspect Biol Med 1982 25: 231-7.

9. Mochulsky K Dostoevsky: *His Life and Work,* Princeton: Princeton University 1967; 373.
10. Morgan H *Dostoevsky's Epilepsy: A Case report and Comparison.* Surg Neurol 1990; 33: 413-6.
11. Voskuil PHA. *The Epilepsy of Fyodor Mikailovitch Dostoevsky* (1821-1881). *Epilepsia* 1983, 24:658-67.
12. ഫിയൊഡോർ മിഹായിലോവിച്ച് ഡോസ്റ്റോയെവ്സ്കി. ഇഡിയറ്റ് വിവർത്തനം: ഇടപ്പള്ളി കരുണാകരമേനോൻ കോട്ടയം സാഹിത്യ പ്രവർത്തകസഹകരണ സംഘം 1966.

നിക്കോളാസ് ബോൾകോൺസ്കിയുടെ മരണം

1. Christian R F Tolstoy *War and Peace.* New York. NY: Oxford University Press; 1962.
2. Cranshaw E. *Tolstoy: The Making of a Novelist.* London, England: Weidenfeld and Nicolson: 1974.
3. Fisher C M. Some neuro-ophthalmological observations *J Neurol Neurosurg Psychiatry* 1967: 30: 383-392.
4. Roger L A The Death of Nickolas Bolkonski Neurology in Tolstoy's War and Peace, *Arch Neuol* 1990: 46: 225-226.
5. Simmons E J *Leo Tolstoy*, Boston Mass: Little Brown and Co; 1946.
6. Wall M, Wray SH. The one-and-a-half syndrome a unilateral disorder of the pontine tegmentum: a study of 20 cases and review of the literature *Neurology* 1983:33:971-980.
7. Wilson A N. *Tolstoy* New York, N Y: WW Norton and Co; 1988
8. ഫിയൊഡോർ മിഹായിലോവിച്ച് ദസ്തയോവ്സ്കി, *യുദ്ധവും സമാധാനവും:* വിവർത്തനം: ഇടപ്പള്ളി കരുണാകരമേനോൻ, കോട്ടയം സാഹിത്യപ്രവർത്തക സഹകരണ സംഘം 1957.

രോഗനിർണ്ണയത്തിൽനിന്ന് കുറ്റാന്വേഷണത്തിലേക്ക്

1. Ball D Sir Arthur Conan Doyle *Practioner*, 1975: 215:359-368.
2. Barbara F W, Key JD, Arthur Conan Doyle, Joseph Bell, and Sherlock Holmes – *A Neurologic Connection. Arch Neurol* 1991: 48: 325-329

3. Doyle A C: *Memories and Adventures* London. Hodder and Stoughton Ltd, 1924
4. Harnagel EE Joseph Bell. MD the Real Sherlock Holmes N. Eng *J Med* 1958: 258: 1158-1159
5. Musto DF: *Sherlock Holmes and Heredity*. JAMA 1966: 45-49.
6. Musto D F: *A study in cocaine: Sherlock Holmes and Sigmund Freud, JAMA* 1968:204:27-32
7. Ober W B: Conan Doyle's *Dying Detective* Problems in differential Diagnosis. *NY State J Med*: 1967-2141-2145
8. Robin AE, Key JD, Arthur Conan Doyle's thesis on Tabes Dorsalis JAMA 1982: 247:646-650
9. സർ ആർതർ കോനൻ ഡോയിൽ *ഷെർലക്ക്ഹോംസ് സമ്പൂർണ്ണ കൃതികൾ* കോട്ടയം കൈരളി മുദ്രാലയം, 2000.

ആലീസിന്റെ അത്ഭുതരോഗം

1. Todd J *The syndrome of Alice in Wonderland*. Can Med Assoc J. 1955; 73:701-704.
2. Lippman C W, *Certain hallucinations peculiar to migraine*. J Nerv Ment Dis. 1952, 116, 346-351
3. Copperman S M, *Alice in Wonderland* syndrome as a presenting Symptom of infectious mononucleosis in children. Clin Pediatr (Phil) 1977; 16: 143-146.
4. Durham R H: "Alice in Wonderland" Syndrome. *In Encyclopedia of Medical syndromes*. Paul P Heober. Inc. New York. 1960 p. 19.
5. Golden G S. The Alice in Wonderland syndrome in juvenile migraine *Pediatrics* 1979; 63-517-519.
6. Caroll L *Alice's Adventures in Wonderland*. London. England: Chadwic K and Sons; 1865
7. Fisher J *The Magic of Lewsis Carroll*. London. England: Bradmall House: 1973
8. Murray T J. The neurology of Alice in Wonderland. *Can J Neuro Sci*. 1982:9:453-457
9. Rolak L A, *Literary Neurologic Syndromes* Alice in Wonderland

Arch Neurol 1991: 48: 649-651

10. Sacks O W, *Migraine: The Evolution of A Common Disorder*. Berkeley Calif, University of California Press 1970
11. Rolak L A, Literary Neurologic Syndromes: Alice in Wonderland *Arch Neurol* 1991; 48: 649-651.

ജരതയുടെ കാലത്തെ പ്രണയവാക്യം

1. Charon R Banks JT, Connelly JE, et al Literature and Medicine: contributions to clinical practice. *Ann Intern Med 1995*: 122: 599-606.
2. Downie R S. *Literature and medicine. J Med Ethics* 1991:17: 93-96,98
3. Garcia Marquez G. *Love in the Time of Cholera,* Transl. Grossman E. New York, Norton 1971.
4. Jones A H. *Literature and Medicine Garcia Marquez* Love in the Time of Cholera, *Lancent 1997*; 350: 1169-72
5. McLellan MF. Jones AH. *Why Literature and Medicine? Lancet* 1996; 348: 109-11
6. Rabuzzi K A, ed. Literature and Medicine: Toward a New Discipline. *Lit Med* 1982: 1: 1-111
7. Skelton J R, Thomas C P, Macleo JAA, *Teaching Literature and medicine to Medical Students* Part I the beginning, Lancent 2000:356: 1920-22.
8. Skelton J R, Macleod JAA Thomas CP, Teaching Literature and Medicine to Medical Students, Part 11: why literature and medicine. Lancent 2000: 356: 2001-03.
9. ഗബ്രിയേൽ ഗാർസിയ മാർക്വേസ്. *കോളറ കാലത്തെ പ്രണയം* വിവർത്തനം. വി കെ ഉണ്ണികൃഷ്ണൻ, കോട്ടയം ഡി സി ബുക്സ് 1997

ചെക്കോവിന്റെ ആറാം വാർഡ്

1. Chekov Anton, *Ward Number Six* in *Ward Number Six and other Stories* Trans. Ronald Hingley: Oxford : Oxford University Press: 1965

2. Bruford W H, *Chekov and His Russia: A Sociological Study*. London: Rutledge and Kegan Paul, 1948
3. Rayfield D, *Chekov: The Evolution of His Art*. New York: Harper and Row. 1975
4. Roderick E. McGrew, *Encyclopedia of Medical History*: New York: McGraw Hill, 1985.
5. Wolff S, *The Wisdom of Pain in Chekov's Ward Number Six Lit Med* 1990; 9:134-41
6. ചെക്കോവ്. *ആറാം നമ്പർ വാർഡ്.* വിവർത്തകൻ: ടി എൻ കൃഷ്ണ പിള്ള, എറണാകുളം പ്രഭാത് ബുക്ക് ഹൗസ്. 1957.

അനുബന്ധം 2

ഗ്രന്ഥകർത്താക്കൾ

ഫിയദോർ മിഖായ്‌ലോവിച്ച് ദസ്തയേവ്സ്കി (1821–1881)

പ്രമുഖ റഷ്യൻ നോവലിസ്റ്റ്. ഏറെക്കാലം സൈന്യത്തിൽ ജോലി നോക്കി. 1844 ൽ ജോലി രാജിവച്ച് മുഴുസമയ എഴുത്തുകാരനായി. രാഷ്ട്രീയ പ്രവർത്തനങ്ങളുടെ പേരിൽ അറസ്റ്റ് ചെയ്ത് (1949) വധശിക്ഷയ്ക്കു വിധിച്ചെങ്കിലും അവസാനനിമിഷം ശിക്ഷ കഠിനതടവാക്കി മാറ്റി. 1859 ൽ തിരിച്ചെത്തി പത്രപ്രവർത്തനത്തിലും നോവൽ രചനയിലും ശ്രദ്ധ കേന്ദ്രീകരിച്ചു. പ്രധാന കൃതികൾ *കുറ്റവും ശിക്ഷയും (1866), ഇഡിയറ്റ് (1866), കാരമസോവ് സഹോദരന്മാർ (1880), ഭൂതാവിഷ്ടർ (1871), നിന്ദിതരും പീഡിതരും (1862), മരിച്ചവരുടെ വീട് (1862).*

ലിയോ ടോൾസ്റ്റോയ് (1828–1910)

മഹാനായ റഷ്യൻ സാഹിത്യകാരൻ, ചിന്തകൻ, മനുഷ്യസ്നേഹി, അഹിംസാവാദി. ഒരു പ്രഭുകുടുംബത്തിൽ ജനിച്ചു. സൈന്യത്തിൽ ചേർന്ന് (1851) ക്രിമിയൻ യുദ്ധത്തിൽ പങ്കെടുത്തു. യുദ്ധരംഗത്തെ അനുഭവങ്ങളാണ് *യുദ്ധവും സമാധാനവും* (1869) എന്ന ഇതിഹാസതുല്യമായ നോവലിനു നിദാനം. 1852 ൽ പ്രസിദ്ധീകരിച്ച *ശൈശവം* എന്ന കഥയോടെയാണ് ടോൾസ്റ്റോയ് എഴുത്തുകാരനായി അറിയപ്പെടാൻ തുടങ്ങിയത്. തുടർന്ന് *ബാല്യം, യൗവനം* എന്നീ കൃതികളും രചിച്ചു. *യുദ്ധവും സമാധാനവും* എഴുതിയശേഷമാണ് *അന്നാകരീനീനയുടെ* രചന. (1875–77) *ഉയിർത്തെഴുന്നേല്പ്* മറ്റൊരു പ്രശസ്ത കൃതിയാണ്.

തന്റെ സമ്പത്തും ഗ്രന്ഥങ്ങളും എല്ലാം പൊതുമുതലായി ടോൾസ്റ്റോയി കണക്കാക്കി. കൃതികളെ കോപ്പിറൈറ്റിൽനിന്ന് ഒഴിവാക്കുകയും ചെയ്തു. ഈ ചിന്താഗതിയും ജീവിതരീതിയുമായി അദ്ദേഹത്തിന്റെ

പത്നിക്കു പൊരുത്തപ്പെടാൻ കഴിഞ്ഞില്ല. തന്മൂലം കുടുംബജീവിതം സുഖകരമായിരുന്നില്ല. വാർദ്ധക്യമായതോടെ ഋഷിതുല്യനായി മാറി. സാധാരണ കർഷകനെപ്പോലെ വേഷം ധരിച്ചു. മാംസാഹാരമുപേക്ഷിച്ച് ലളിത ജീവിതം നയിച്ചു. അവസാനകാലത്ത് ഒരവധൂതനെപ്പോലെ, സ്വഗൃഹം വിട്ട് അലഞ്ഞുതിരിഞ്ഞു. ന്യൂമോണിയ പിടിപെട്ട് ഒരു ചെറിയ റെയിൽവേ സ്റ്റേഷനിൽ കിടന്ന് അന്തരിച്ചു.

സർ ആർതർ കോനൻ ഡോയിൽ (1859–1930)

ഇംഗ്ലീഷ് സാഹിത്യകാരൻ. നോവലിസ്റ്റ്, കഥാകാരൻ, ഭിഷഗ്വരൻ, സ്പോർട്സ്മാൻ, മെഡിക്കൽ ബിരുദം നേടി. ഡോക്ടറെന്ന നിലയിൽ അധികം പ്രവർത്തിച്ചില്ല. 1887 മുതൽ രചിച്ച *ഷെർലക്ഹോംസ് കഥകൾ* ഇദ്ദേഹത്തെ വിഖ്യാതനാക്കി.

ജീവിച്ചിരിക്കെത്തന്നെ ഷെർലക്ഹോംസ് പുസ്തകങ്ങൾ കുറ്റാന്വേഷണടെക്സ്റ്റ് ബുക്കുകളായി പല പൊലീസ് സേനകളും അംഗീകരിച്ചു. *ദ വൈറ്റ് കമ്പനി, ഒന്നാം ലോകയുദ്ധത്തിന്റെ ചരിത്രം (ആറ് വാല്യം)* എന്നിവയാണ് മറ്റു മുഖ്യകൃതികൾ. കോനൻ ഡോയിലിന്റെ ഡിറ്റക്ടീവ് കൃതികൾ 12 വാല്യമായി മലയാളത്തിൽ പ്രസിദ്ധപ്പെടുത്തിയിട്ടുണ്ട്.

ലൂയിസ് കാരൾ (1832–98)

ഇംഗ്ലീഷ് സാഹിത്യകാരൻ. യഥാർത്ഥ പേര് ചാൾസ് ലറ്റ്വിഡ്ജ് ഡോഡ്ജ്സൺ. ഇംഗ്ലണ്ടിലെ ചെഷയറിൽ ജനിച്ചു. ബാലസാഹിത്യകാരനെന്ന നിലയിൽ. പ്രശസ്തൻ. *ആലീസ് അത്ഭുത ലോകത്തിൽ* (1865) എന്ന കൃതിയിലൂടെ അനശ്വരനായി. ഗണിതശാസ്ത്രത്തിൽ ബിരുദം നേടി (1954). പുരോഹിതനായും ഓക്സ്ഫെഡ് സർവ്വകലാശാലയിൽ ഗണിതശാസ്ത്രാദ്ധ്യാപകനായും (1891) ജോലി നോക്കി. ഗണിതശാസ്ത്രഗ്രന്ഥങ്ങൾ രചിച്ചു. കവിത, കഥ, ശാസ്ത്രം, ഡയറിക്കുറിപ്പ്, ഹാസ്യം തുടങ്ങിയ വിഭാഗങ്ങളിൽപ്പെട്ട കൃതികൾ രചിച്ചു. ആലീസിന്റെ തുടർച്ചയായ *ദർപ്പണത്തിൽക്കൂടി* 1872 ൽ പുറത്തുവന്നു. രണ്ടു ഭാഗങ്ങളും കൂട്ടിച്ചേർത്ത് പിന്നീട് *അത്ഭുതലോകത്തിൽ ആലീസിന്റെ സാഹസകൃത്യങ്ങൾ; ദർപ്പണത്തിൽ കൂടിയും ആലീസ് അവിടെ കണ്ടതും* എന്ന പേരിൽ പ്രസിദ്ധപ്പെടുത്തി. പോർട്രേറ്റ് ഫോട്ടോഗ്രാഫിയുടെ തുടക്കക്കാരിൽ ഒരാൾ കൂടിയായിരുന്നു ഡോഡ്ജ്സൺ.

ഗബ്രിയേൽ ഗാർസിയ മാർകേസ് (1926–2014)

അന്താരാഷ്ട്ര പ്രശസ്തനായ കൊളംബിയൻ സാഹിത്യകാരൻ 1928 ൽ കൊളംബിയയിലെ അരകാറ്റക്കയിൽ ജനിച്ചു. പ്രാഥമിക വിദ്യാഭ്യാസത്തിനുശേഷം പത്രപ്രവർത്തനത്തിൽ പരിശീലനം നേടി. 1959 മുതൽ 61 വരെ ക്യൂബൻ ന്യൂസ് ഏജൻസിയായ ‘ലാ പ്രെൻസയ്’ക്കു വേണ്ടി കൊളംബിയ,

ഹവാന, ന്യൂയോർക്ക് സിറ്റി എന്നിവിടങ്ങളിൽ ജോലി ചെയ്തു. 1960 -കളിലും 70 കളിലും സ്പെയിനിലും മെക്സിക്കോയിലുമായി കഴിഞ്ഞു. 1982 ൽ കൊളംബിയൻ പ്രസിഡന്റിന്റെ അഭ്യർത്ഥന മാനിച്ച് സ്വന്തം നാട്ടിലേക്കു പോന്നു. ഇപ്പോൾ മെക്സിക്കോയിൽ ജീവിക്കുന്നു. 1982 ൽ നോബൽ പ്രൈസ് ലഭിച്ചു. *ഏകാന്തതയുടെ നൂറു വർഷങ്ങൾ (1967), കോളറാകാലത്തെ പ്രണയം* (1985) തുടങ്ങിയവയാണ് പ്രധാനപ്പെട്ട കൃതികൾ.

ആന്റൺ പാവ്‌ലോവിച്ച് ചെക്കോവ് (1860–1904)

റഷ്യൻ ചെറുകഥാകൃത്തും നാടകരചയിതാവും. ട്യൂഷനെടുത്തും സാഹിത്യരചനകളുടെ പ്രതിഫലം വാങ്ങിയും വിദ്യാഭ്യാസം പൂർത്തിയാക്കി ഭിഷഗ്വരനായി. സാഹിത്യരചനയ്ക്കു കൂടുതൽപ്രാധാന്യം നല്കി. 1898–1904 കാലഘട്ടത്തിൽ നാലു നാടകങ്ങൾ അവതരിപ്പിച്ചു.

ഗ്രാമീണരുടെ അസ്വസ്ഥതകളും ദുഃഖങ്ങളും ഈ നാടകങ്ങളിൽ തന്മയത്വമായി അവതരിപ്പിച്ചു. സയൻസ് അക്കാദമിയിലേക്കു തെരഞ്ഞെടുക്കപ്പെട്ടെങ്കിലും അക്കാദമി, ഗോർക്കിയെ തെരഞ്ഞെടുക്കാത്തതിൽ പ്രതിഷേധിച്ചു രാജിവച്ചു. പ്രധാനകൃതികൾ: *കൃഷിക്കാർ, വാർഡ് നമ്പർ ആറ്, അസ്തമയസന്ധ്യയിൽ, സീഗൾ, ചെറി ഓർച്ചാർഡ്,* മൂന്നു സഹോദരിമാർ. ക്ഷയരോഗം ബാധിച്ചു 1904 ൽ മരിച്ചു.

9 789387 842083

Printed by Libri Plureos GmbH in Hamburg,
Germany